ആരാ മാമാ ഈ വിശ്വമാനവൻ?

aara mamma ee viswamanavan?

•

prof. s sivadas

•

first edition
september 2009

•

second edition
february 2017

•

second impression
january 2021

•

typesetting & published
chintha publishers, thiruvananthapuram

•

cover
midas

•

illustration
madhu

വിതരണം

ദേശാഭിമാനി ബുക്ക് ഹൗസ്

H O തിരുവനന്തപുരം-695 035
Ph: 0471-2303026, 6063020
www.chinthapublishers.com
chinthapublishers@gmail.com

ബ്രാഞ്ചുകൾ

ഹെഡ്ഢാഫീസ് ബ്രാഞ്ച് കുന്നുകുഴി • സ്റ്റാച്യു തിരുവനന്തപുരം • കെ എസ്
ആർ ടി സി ബസ് സ്റ്റേഷൻ ആലപ്പുഴ • കെ എസ് ആർ ടി സി ബസ് സ്റ്റേഷൻ
എറണാകുളം • മച്ചിങ്ങൽ ലെയ്ൻ തൃശൂർ • ഐ ജി റോഡ് കോഴിക്കോട് •
മാവൂർ റോഡ് കോഴിക്കോട് • എൻ ജി ഒ യൂണിയൻ ബിൽഡിങ് കണ്ണൂർ •
സെൻട്രൽ ബസ് ടെർമിനൽ കോംപ്ലക്സ് താവക്കര കണ്ണൂർ

CR - 1611 / 4125
ISBN - 978-81-26203-23-9

ആരാ മാമാ ഈ വിശ്വമാനവൻ?

പ്രൊഫ. എസ് ശിവദാസ്

ചിന്ത പബ്ലിഷേഴ്സ്
തിരുവനന്തപുരം-695 035

പ്രൊഫ. എസ് ശിവദാസ്

വായിച്ചാലും വായിച്ചാലും തീരാത്ത പുസ്തകം,
കിയോ കിയോ, മ്യൂനിച്ചിലെ സുന്ദരികളും സുന്ദരന്മാരും,
പഠിക്കാൻ പഠിക്കാം, കടങ്കഥകൾകൊണ്ടു കളിക്കാം,
ജയിക്കാൻ പഠിക്കാം, പഠനപ്രോജക്ടുകൾ: ഒരു വഴികാട്ടി,
പുസ്തകക്കിളികൾ, നിങ്ങളുടെ മക്കളെ എങ്ങനെ
മിടുമിടുക്കരാക്കാം, കുട്ടികളുടെ സയൻസ് കിറ്റ്
തുടങ്ങിയ നൂറിലേറെ കൃതികളുടെ കർത്താവ്.
നാൽപ്പതിലേറെ വർഷങ്ങളായി ഒരു
ശാസ്ത്രപ്രചാരകനായി പ്രവർത്തിക്കുന്നു.
NCSTC, NCERT, കേരള സാഹിത്യ അക്കാദമി,
കേരള സംസ്ഥാന ബാലസാഹിത്യ ഇൻസ്റ്റിറ്റ്യൂട്ട്,
കൈരളി ബുക്ക് ട്രസ്റ്റ്, കേരള സംസ്ഥാന
ശാസ്ത്ര സാങ്കേതിക പരിസ്ഥിതി കമ്മിറ്റി, എസ് ബി ഐ,
ഭീമാ അവാർഡുകൾ ലഭിച്ചിട്ടുണ്ട്. ഇപ്പോൾ ലേബർ ഇൻഡ്യ
പബ്ലിക്കേഷൻസിന്റെ ചീഫ് എഡിറ്റർ.

വിലാസം : പ്രൊഫ. എസ് ശിവദാസ്, പ്രശാന്ത്,
അണ്ണാൻകുന്ന്, കോട്ടയം-1
ഫോൺ : 2560123

ഉള്ളടക്കം

പുന്നാരക്കുട്ടികളേ,
ഇതൊരു പുന്നാരം!

കുന്നിമണികളേ, കുഞ്ഞുകാന്താരികളേ, ചിരിക്കുടുക്കകളേ!

അണ്ണാനെ മരംകേറ്റം പഠിപ്പിക്കണോ? വേണ്ട വേണ്ട. നിങ്ങളെ ചോദ്യങ്ങൾ ചോദിക്കാനും ആരും പഠിപ്പിക്കേണ്ട. നിങ്ങളുടെ കൊച്ചുകൊച്ചു ചോദ്യങ്ങൾക്ക് മറുപടി പറയാനിരുന്നപ്പോഴാണ് ഈ മാമന് അത് മനസിലായത്. നിങ്ങളെല്ലാം ശരിക്കും കാന്താരികളും തേൻതുള്ളികളുമൊക്കെയാണ് എന്നും മാമന് അപ്പോൾ മനസിലായി. അങ്ങനെ നിങ്ങളുമായി നിരന്തരം സംവാദം നടത്താനുള്ള അരങ്ങൊരുക്കിയത് കേരള സംസ്ഥാന ബാലസാഹിത്യ ഇൻസ്റ്റിറ്റ്യൂട്ടാണ്. ഇൻസ്റ്റിറ്റ്യൂട്ടിന്റെ ബാലമാസികയായ *തളിരിൽ* അങ്ങനെയൊരു കൊച്ചുവർത്തമാനം തുടങ്ങണമെന്ന് എന്റെ പ്രിയ സുഹൃത്തും ഇൻസ്റ്റിറ്റ്യൂട്ട് ഡയറക്ടറുമായ റൂബിൻ ഡിക്രൂസ് ആണ് നിർബന്ധിച്ചത്. അതൊരു ഭാഗ്യമായി. അതു തുടങ്ങിയപ്പോൾ തന്നെ മാമന് അതൊരു ആവേശമായി.

എന്തൊക്കെ ചോദ്യങ്ങളാണു കാന്താരികളേ നിങ്ങൾ ചോദിച്ചത്! ആരാ മാമാ ഈ വിശ്വമാനവൻ? എന്തിനാ മാമാ നാം ചന്ദ്രനിൽ പോകുന്നത്? അയ്യരും നായരും ചേർന്നാൽ ഏതു ജാതിയാണ്? ഞാനെന്തിനാ മാമാ പഠിക്കുന്നത്?... ഇങ്ങനെ എത്രയെത്ര ചോദ്യങ്ങൾ. ജിജ്ഞാസ തുടിക്കുന്ന സംശയങ്ങൾ. സ്നേഹം തുളുമ്പുന്ന കത്തുകൾ. മാമൻ ആ കത്തുകളിൽ അലിഞ്ഞുപോയി. അലിഞ്ഞലിഞ്ഞ്

മറുപടികൾ എഴുതിയപ്പോഴൊ മാമന്റെ വാക്കുകളിലും വാത്സല്യം വഴിഞ്ഞൊഴുകി. അങ്ങനെ അതൊരു സ്നേഹ സംവാദമായി.

ഇപ്പോഴിതാ ചിന്താ പബ്ലിഷേഴ്സിന്റെ സ്നേഹം മൂലം ആ സ്നേഹസംവാദം ഇങ്ങനെ പുസ്തകരൂപത്തിലായിരി ക്കുന്നു. അതിനു കളമൊരുക്കിയതോ രാജമോഹൻസാറും ജോസഫ് മാമനും സുരേഷ് മാമനും മധുമാമനും. എല്ലാ പുന്നാരക്കുട്ടികളും അവർക്കൊരു സ്നേഹമുത്തം നൽകൂ.

പുന്നാരക്കുട്ടികളേ, ഈ 'പുന്നാരം' എഴുതിയിരിക്കു ന്നത് സ്നേഹത്തിന്റെ ഭാഷയിലാണ് എന്ന് ഒരിക്കലും മറ ക്കരുത്. ഇത് വായിച്ച് ചിരിക്കൂ. ചിരി പൊട്ടിച്ചിരിയായാലും കുഴപ്പമില്ല. മുഖത്ത് ചിരി വിരിയുമ്പോൾ കൂട്ടുകാരുടെ ക ണ്ണുകളിൽ സ്നേഹത്തിന്റെ തിളക്കമുണ്ടാകും. കൂട്ടുകാരുടെ മനസിൽ സ്നേഹവും മസ്തിഷ്കത്തിൽ അറിവും നിറയും. കൂട്ടുകാർ അപ്പോൾ വിവേകശാലികളായി വളരും. വിശ്വ മാനവരായി മാറും. അതിനായി അണ്ണാൻകുന്നിലിരുന്ന് ഈ മാമൻ ഈ തേനൂറും സംവാദം എല്ലാ കാന്താരിക്കുട്ടികൾ ക്കും സമർപ്പിക്കുന്നു.

സ്വന്തം

ശിവദാസ് മാമൻ

1

കൂട്ടുകാരെ, നമുക്കു മിടുക്കരാകാം!

ചക്കരക്കുട്ടികളെ, കാന്താരികളെ!

എല്ലാ ചക്കരകളും കാന്താരികളും കുന്നിമണികളും ചിരിക്കു ടുക്കകളും നാണംകുണുങ്ങികളും കിലുക്കാംപെട്ടികളും സന്തോ ഷമായിരിക്കുന്നു എന്ന് മാമൻ കരുതുന്നു.

പിന്നെ എന്തൊക്കെയുണ്ട് വിശേഷങ്ങൾ? എല്ലാ പുന്നാരക്കു ട്ടികളും 'അടിച്ചുപൊളിച്ച്' ആഘോഷമായി ജീവിക്കുന്നില്ലേ? നന്നാ യി ചിരിക്കുന്നുമുണ്ടല്ലോ? ഇടയ്ക്ക് അല്പം കള്ളക്കരച്ചിലുമാകാം. കരച്ചിൽ കൂടരുതെന്നു മാത്രം. മിടുമിടുക്കരായാൽ ചിരിച്ചുകളിച്ച് രസിച്ചു ജീവിക്കണം. കണ്ണുതുറന്നു കാണണം. ചെവിതുറന്നു കേൾ ക്കണം. അത്ഭുതപ്പെടണം. ചോദ്യങ്ങൾ ചോദിക്കണം. ഉത്തരങ്ങൾ തേടണം. എത്ര രസമാണ് ആ കളി. ജീവിതമെന്ന കളി!

മാമാ മിടുമിടുക്കരാകാൻ പഠിക്കേണ്ടേ? ചില കാന്താരികൾ അങ്ങനെയൊരു കുസൃതിച്ചോദ്യം ചോദിക്കുന്നത് മാമൻ കേൾക്കു ന്നുണ്ട്. മിടുക്കൻമാർ. അങ്ങനെ ചോദിക്ക്. പഠിക്കണം. അതെപ്പറ്റി വിശദമായി പിന്നെ പറയാം. പക്ഷേ ഒരു കാര്യം ആദ്യംതന്നെ പ റഞ്ഞേക്കാം. പഠനമെന്നാൽ കാണാപ്പാഠം പഠിക്കലല്ല. കുറെ അറി വ് വെറുതെ യാന്ത്രികമായി പഠിച്ച് തലയിൽ ശേഖരിച്ചുവയ്ക്കല ല്ല. പഠനം പ്രവർത്തനമാകണം. പ്രവർത്തനത്തിലൂടെ, അനുഭവ ത്തിലൂടെ, ആനന്ദിച്ചു പഠിക്കണം. കാര്യകാരണസഹിതം പഠിക്കണം. ചോദ്യങ്ങൾക്കുള്ള ഉത്തരം കണ്ടെത്തി പഠിക്കണം. പ്രശ്നങ്ങൾ ക

ണ്ടെത്തി പരിഹരിക്കുന്നതിലൂടെ പഠിക്കണം. അപ്പോൾ പഠനം ആവേശകരമാകും. അറിവ് ശരിക്കും ഉൾക്കൊള്ളാനാവും. അറിവ് ഉപയോഗിക്കാനുള്ള കഴിവും ഉണ്ടാകും.

പഠനംതന്നെ ജീവിതം. അപ്പോൾ പഠനം ജീവിതത്തിലൂടെ യാകണം. കളിച്ചും ചിരിച്ചും കാഴ്ചകൾ കണ്ടും കൂട്ടുകൂടിയും പരീ ക്ഷണനിരീക്ഷണ നിഗമനങ്ങളിലൂടെയും എല്ലാമാകണം. ഓരോ പ്രവൃത്തിവഴിയും പഠിക്കാൻ പഠിക്കണം. അപ്പോൾ മാത്രമേ കൂട്ടു കാരുടെ എല്ലാ കഴിവുകളും വളരൂ. കൂട്ടുകാർ മിടുക്കരാകൂ.

ഓ... കൂട്ടുകാർ മിടുക്കരായാൽ പോരാ. മിടുമിടുക്കരാകണം. നാളെയുടെ സാരഥികളായി വളരണം. അതിന് ഒരു കാര്യം കൂടി വേണം. നന്നായി വായിക്കണം. വായിച്ചാലേ വളരൂ. വായനയിലൂ ടെ മാത്രമേ പുതിയ അറിവുകൾ ലഭിക്കൂ. പുതിയ ആശയങ്ങളുമാ യി പരിചയമാകൂ. ആശയങ്ങൾ അപ്പോൾ ചങ്ങാതിമാരാകും. അ പ്പോൾ പുതിയ ആശയങ്ങൾ താനെ തോന്നും. കൂട്ടുകാർ ആശയ ങ്ങൾ സൃഷ്ടിക്കുന്നവരായി മാറും. പുതിയ സ്വപ്നങ്ങൾ കാണു ന്നവരായി വളരും. അപ്പോൾ കൂട്ടുകാർ താനെ നേതൃത്വനിരയിലേ ക്ക് ഉയരും. മഹദ്‌വ്യക്തികളായി മാറും.

ഹായ് എന്താ മാമൻ എഴുതിയതെന്ന് ശ്രദ്ധിച്ചോ? കൂട്ടുകാരെ! കുന്നിമണികളെ! നിങ്ങളും മഹദ്‌വ്യക്തികളാകുമെന്ന്! ലോകത്തി ന്റെ സാരഥികളാകുമെന്ന്! എന്താ അങ്ങനെയൊരു ധീരമായ സ്വപ് നം എല്ലാ കാന്താരികളും കണ്ടു തുടങ്ങുകയല്ലേ?

നേരമില്ലാത്ത നേരമുണ്ടാക്കി ഈ മാമൻ എല്ലാ പൊന്നുമണി കൾക്കും ഇങ്ങനെ ഒരു കത്തെഴുതിയല്ലോ. എന്താ, എല്ലാവർക്കും സന്തോഷമായില്ലേ? ഇനി മാമന് കൂട്ടുകാരും കത്തെഴുതണം. ഇ ന്നുതന്നെ എഴുതണം. എന്തിനാണ് കത്തെഴുതുന്നത്? മിടുക്കരാ കാൻ. സത്യം. കത്തെഴുതിയാലും മിടുക്കരാകും. മിടുമിടുക്കരാകും. എങ്ങനെയെന്നോ? എഴുതിയെഴുതി എഴുതാൻ പഠിക്കും. ആശയ വിനിമയശേഷി വളരും. അങ്ങനെ ശരിയായി, കിറുകൃത്യമായി, ഏ റ്റവും മനോഹരമായി, ആശയം അവതരിപ്പിക്കാൻ കഴിയുമ്പോഴ ല്ലേ കൂട്ടുകാർ ശരിക്കും നേതാക്കളാവുക. സാരഥികളാവുക.

അതിനാൽ എല്ലാ സുന്ദരികളും സുന്ദരന്മാരും ഒരു കടലാസെ ടുക്കുക. കാർഡെടുത്താലും മതി. പേനയുമെടുക്കൂ. എഴുതൂ. എ ന്തുമെഴുതൂ. എങ്ങനെയുമെഴുതൂ. മാമനെഴുതൂ. കൂട്ടുകാരുടെ കളി യും ചിരിയും സ്നേഹവും പരിഭവവും അനുഭവവും ആശയയും ആ ശങ്കയും എല്ലാം നിറഞ്ഞ കത്തുകൾ എഴുതൂ. എഴുതിയെഴുതി മിടു മിടുക്കരാകൂ.

എന്താ എല്ലാ കാന്താരികളും റെഡിയല്ലേ?

2

മൗലികതയുള്ളവരായി വളരാം

കൂട്ടുകാരെ, കുന്നിമണികളെ,

നിങ്ങൾ എല്ലാവരും മിടുക്കരാകണം. പോരാ. മിടുമിടുക്കരാക
ണം. അതിന് ഭാവന വളർത്തണം. അസാധ്യമായതുപോലും
ആലോചിക്കാനുള്ള ഭാവനയുണ്ടാകണം. ധീരതയുണ്ടാകണം. അ
തിരുകളില്ലാത്ത ഭാവന. വലിയ സ്വപ്നം. പുതി
യ ചിന്ത. ഇതൊക്കെ ചെറുപ്പം മുതൽ വളർ
ത്തണം. അങ്ങനെ വളർത്തുമ്പോൾ നിങ്ങൾക്ക്
മൗലികതയുണ്ടാകും. Originality എന്ന് ഇംഗ്ലീഷ്.

'ചിന്തയുടെ മാലപ്പടക്കം പൊട്ടിക്കുന്ന
വിദ്യ' യാണ് ബ്രെയിൻസ്റ്റോമിങ് (Brain storm-
ing). എട്ടോ പത്തോ കാന്താരിക്കുട്ടികൾ കൂടി
യിരുന്ന് ഉറക്കെ ചിന്തിച്ചാൽ അത് രസകരമായ
ബ്രെയിൻസ്റ്റോമിങ് ആയി മാറും. ഒരു കാര്യ
ത്തെ പല കോണുകളിലൂടെ കണ്ട് വ്യത്യസ്ത
മായ കണ്ടെത്തലുകൾ നടത്തുന്ന മസ്തിഷ്ക
വ്യായാമമാണ് ബ്രെയിൻസ്റ്റോമിങ്. അതെപ്പറ്റി
മാമൻ പിന്നീടെഴുതാം.

ഇപ്പോൾ പറയാൻ പോകുന്നത് ഒരു കഥ
യാണ്. വെറും കെട്ടുകഥയല്ല. സംഭവകഥ.
കൂത്താട്ടുകുളത്ത് അരങ്ങേറിയ കഥ. ഈയിടെ

മാമന് അവിടെ പോകാനൊരു ഭാഗ്യം ലഭിച്ചു. സി ജെ സ്മാരകസ മിതി ക്ഷണിച്ചിട്ടായിരുന്നു പോയത്. അവിടെ കുറെ കുട്ടികളുടെ ഒരു കൂട്ടായ്മ. നൂറിലേറെ കാന്താരിക്കുട്ടികൾ. അവരുടെ രക്ഷിതാ ക്കൾ. ജനപ്രതിനിധികൾ. അങ്ങനെ നല്ല ഒരു സദസ്സ്. അവിടെ കൂടിയിരിക്കുന്ന കാന്താരിക്കുട്ടികളോടു സംസാരിക്കണം. അതാ യിരുന്നു മാമന്റെ ജോലി. എങ്ങനെ മിടുമിടുക്കരാകാൻ പറ്റും എ ന്നു പറയണം. വായനയിലൂടെ വളരുന്ന വിദ്യയെപ്പറ്റിയും പറയ ണം.

സംസാരത്തിനിടെ മാമൻ അവരെ ചെറുഗ്രൂപ്പുകളാക്കി. ഓരോ ഗ്രൂപ്പിനും ഒരു ചിത്രത്തിന്റെ കോപ്പി കൊടുത്തു. ഒരു ഗ്രൂപ്പിലെ കാന്താരികളെല്ലാം കൂടി ഒരിടത്ത് വട്ടമിട്ടിരുന്നു. കിട്ടിയ ചിത്രം സൂക്ഷിച്ചു നോക്കി. അവർക്ക് ആ ചിത്രം കണ്ടിട്ട് എന്ത് തോന്നു ന്നു? എന്താണാ ചിത്രം? ആലോചിക്കുക. ബ്രെയിൻസ്റ്റോമിങ് ന ടത്തുക. എന്തൊക്കെ ആശയങ്ങൾ തോന്നിയോ അതൊക്കെ കു റിക്കുക. അതായിരുന്നു അവർക്ക് നൽകിയ ബ്രെയിൻസ്റ്റോമിങ് പ്രവർത്തനം.

കൂട്ടുകാരെ, നിങ്ങളെപ്പോലുള്ള കുട്ടികളായിരുന്നു അവിടെ കൂ ടിയിരുന്നവരും. തിളയ്ക്കുന്ന എണ്ണയിൽ വീണ കടുകുമണികളെ പ്പോലെയുള്ളവർ. ഓടിച്ചാടിച്ചിതറി ചിരിച്ചുകളിച്ച് കസറി നടക്കു ന്ന പ്രായം. അവർ വട്ടമിട്ടിരുന്നു ചിന്തിച്ചു. ഭാവനയുടെ കടിഞ്ഞാൺ അയച്ചുവിട്ടു. ആദ്യമൊക്കെ നാണിച്ചിരുന്ന ചിലരും പിന്നെ ഉഷാ റായി. അവർ മത്സരിച്ച് ആശയങ്ങൾ അവതരിപ്പിച്ചു. തർക്കിച്ചു. അവർക്കു തോന്നിയതൊക്കെ കുറിച്ചുവച്ചു.

ഇതാ ഇതായിരുന്നു അവർക്കു നൽകിയ ചിത്രം.

അതുകണ്ട് അവർ നൽകിയ ഉത്തരങ്ങൾ കേൾക്കണോ?

തൊപ്പി, പാറ, തേനീച്ചക്കൂട്, ആന, മഞ്ചൽ, ആലിലയുടെ പ കുതി, കത്തി, പാത്രം, പതാക, സ്പൂൺ, പറക്കുന്ന പക്ഷി, വിശറി, ഗിത്താറിന്റെ പകുതി, മല, മേഘം, ഒച്ച്, തൂങ്ങിക്കിടക്കുന്ന തുണി, ആമ, വലയിൽപ്പെട്ട എലി, ചിതൽപ്പുറ്റ്, നിസ്ക്കരിക്കൽ, മതിലിന പ്പുറത്തെ ആന, വെള്ളത്തിലെ ആന, വെള്ളത്തിലൂടെ പോകുന

14

സ്രാവ്, ഇരിക്കുന്ന പിടിയാന, ആനയുടെ ചെവി, അലങ്കാരമത് സ്യം, ഭിത്തിയിലെ ഒച്ച്, പെരുകുന്ന അന്ധകാരം, തൂങ്ങിക്കിടക്കു ന്ന റബ്ബർഷീറ്റ്, മീൻവല, ദ്വീപ്, കാർ, വാഴയില, ജ എന്ന അക്ഷരം, കണ്ടൽക്കാട്, പൂമ്പാറ്റച്ചിറക്, കുളം, ഉറുമ്പുതീനി, ജലാശയത്തിൽ പതിക്കുന്ന പുഴ, മൂടിയിട്ടിരിക്കുന്ന സിംഹം ഇങ്ങനെ പോയി അ വർ തന്ന ലിസ്റ്റിലെ വിവരണങ്ങൾ!

കണ്ടോ കണ്ടോ കളി. ഒരു ചിത്രം കണ്ടപ്പോൾ കാന്താരികൾ ക്കുണ്ടായ പലതരം തോന്നലുകൾ. പല പല ആശയങ്ങൾ ഉള്ളി ലുണ്ടായി. അതു പുറത്തുവന്നു. അങ്ങനെ തികച്ചും പുതിയ ആശ യങ്ങൾ ജനിച്ചു. ഇതിൽ ചിലത് തെറ്റാകാം. അതു സാരമില്ല. പല തും ശരിയാകാം. അഥവാ ശരിയാകാൻ സാധ്യതയുള്ളവയാണ്. അത്തരം ആശയങ്ങൾ ജനിക്കുകയെന്നതാണ് പ്രധാനം.

അറിയുക. അസാധ്യമായതൊന്നുമില്ല. ഇന്ന് അസാധ്യമായത് നാളെ സാധ്യമാകും. സാധ്യമാക്കുന്നത് ഭാവനയുള്ളവരാണ്. മൗലി കതയുള്ളവരാണ്. അത്തരം മൗലികതയുള്ളവരാകാനാണ് എല്ലാ കാന്താരിക്കുട്ടികളും ശ്രമിക്കേണ്ടത്.

പറഞ്ഞതൊക്കെ സമ്മതിച്ചു മാമാ. പക്ഷേ മാമൻ കാണിച്ച ചി ത്രം ശരിക്കും എന്താണ്? ഇങ്ങനെ ചില പുന്നാരക്കുട്ടികൾ മന സിൽ ചോദിക്കുന്നുണ്ടാകും. ശരിക്കും എന്താണ് എന്ന് മാമൻ അ ടുത്ത അധ്യായത്തിൽ വിവരിക്കാം. ആ രഹസ്യം മാമൻ പറയും മുൻപ് ആ ചിത്രം കണ്ടിട്ട് നിങ്ങൾക്കു തോന്നിയതൊക്കെ പറയൂ. കൂട്ടുകാർ കൂടിയിരുന്ന് ചർച്ച ചെയ്യൂ. ഒറ്റയ്ക്കു ചിന്തിച്ച്, ഭാവനയു ടെ തേരിലേറി എഴുതൂ. എല്ലാ കിലുക്കാംപെട്ടികളും എഴുതണേ. എഴുതിക്കഴിഞ്ഞാലുടനെ കൂട്ടുകാരുമൊത്തിരുന്ന് ചർച്ച ചെയ്യണേ.

3

എന്റെ കൊച്ചു രാജകുമാരൻ

ഒരിടത്ത് ഒരു കുട്ടിയുണ്ടായിരു ന്നു. നന്നായി വായിക്കുന്ന കുട്ടി. വായിച്ച കാര്യങ്ങളെപ്പറ്റി ചിന്തിക്കുന്ന കുട്ടി. സ്വപ് നം കാണുന്ന കുട്ടി. ഒരു ദിവ സം അവൻ ഒരു പുസ്തകം വായിച്ചു. ഒരു നല്ല ചിത്രപുസ്തകം. അതിലൊരു വലിയ പാമ്പിന്റെ ചിത്രമുണ്ടാ യിരുന്നു. വലിയ ജന്തു ക്കളെവരെ വിഴുങ്ങുന്ന വലി യ പാമ്പ്. അങ്ങനെ വലിയ ജന്തുക്കളെ വിഴുങ്ങി യാൽ

അവന് പിന്നെ ഇഴയാൻ പോലും പറ്റില്ല. അനേക ദിവസങ്ങൾ അനങ്ങാതെ കിടക്കും! വയറ്റിലെ വലിയ ജന്തു ദഹിച്ചു കഴിയുമ്പോൾ മലമ്പാമ്പിന്റെ ക്ഷീണം മാറും. അത് ഇഴഞ്ഞ് കാട്ടിലെവിടെയെങ്കിലും ചെന്നുകിടന്നുറങ്ങും!... അങ്ങനെയൊ ക്കെയായിരുന്നു ആ പുസ്തകത്തിലെ വിവരണം.

അതു വായിച്ചതോടെ നമ്മുടെ കൊച്ചുകുട്ടന് പല പല ഭാവന കൾ തോന്നാൻ തുടങ്ങി. മലമ്പാമ്പ് ഇഴഞ്ഞുവരുന്നു. മരത്തിൽ ക യറി രണ്ടു കമ്പുകൾക്കിടയിൽ പാലമായി കിടക്കുന്നു. താഴെക്കൂടി പോകുന്ന ഒരു വലിയ ജന്തുവിന്റെ മുകളിലേക്ക് ഇട്ടിപ്പൊത്തോ എ ന്നു വീഴുന്നു. ആ ജന്തുവിന്റെ ചുറ്റുമായി പാമ്പ് കയർപോലെ ചു റ്റുന്നു. മുറുക്കുന്നു. ഞെരിക്കുന്നു. എന്നിട്ട് സാവധാനം ആ ജന്തു വിനെ വിഴുങ്ങുന്നു. ആ രംഗം കുട്ടി ഭാവനയിൽ കണ്ടു. അവന്റെ ഉ റങ്ങിക്കിടന്ന കലാവാസനകൾ ഉണർന്നു. അവനൊരു ചായപ്പെൻ സിലെടുത്തു. ഒരു ചിത്രം വരച്ചു. ദാ ഇങ്ങനെ. ഇനിയുള്ള കഥ ആ ചിത്രകാരന്റെതന്നെ വാക്കുകളിൽ വായിക്കൂ.

"അങ്ങനെ ഞാൻ എന്റെ ഒന്നാമത്തെ ചിത്രം വരച്ചു. അതൊ രു ഗംഭീര ചിത്രമായിരുന്നു. ഞാനത് മുതിർന്നവരെ കാണിച്ചു."

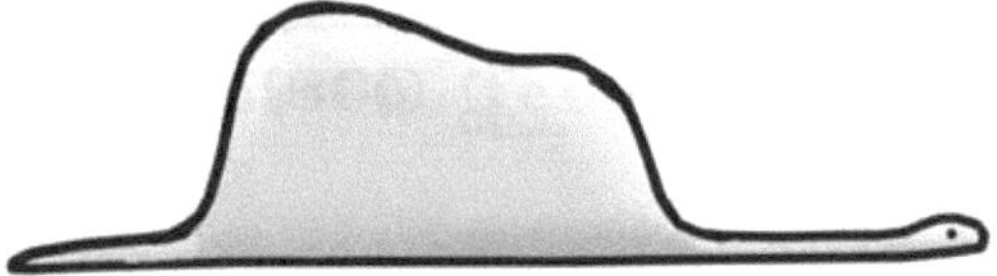

"പേടി തോന്നുന്നുണ്ടോ?" ഞാൻ തിരക്കി.

"എന്ത്! ഒരു തൊപ്പി കണ്ടാൽ എന്തിന് പേടിക്കണം?" അവർ ചോദിച്ചു. എന്റെ ചിത്രം തൊപ്പിയുടെ ചിത്രമല്ലായിരുന്നു. അതൊരു വലിയ പെരുമ്പാമ്പിന്റെ ചിത്രമായിരുന്നു! ആനയെ വിഴുങ്ങിക്കിട ക്കുന്ന പെരുമ്പാമ്പ്! പക്ഷേ മുതിർന്നവർക്കു മനസിലാകേണ്ടേ? അവർക്കു കാര്യങ്ങൾ മനസിലാക്കാൻ വിഷമമാണല്ലോ. കുട്ടികൾ മിനക്കെട്ടിരുന്ന് എല്ലാം വിവരിച്ചുകൊടുക്കണം. അതിനാൽ ഞാൻ എന്റെ രണ്ടാമത്തെ ചിത്രം വരച്ചു. പെരുമ്പാമ്പിന്റെ ഉള്ള്.

പക്ഷേ അതു കണ്ടപ്പോൾ മുതിർന്നവർ എന്താ പറഞ്ഞതെ ന്നോ? പെരുമ്പാമ്പിന്റെ അകവും പുറവുമൊക്കെ വരയ്ക്കുന്നത് നിർത്താൻ! എന്നിട്ട് പോയി ഭൂമിശാസ്ത്രവും ചരിത്രവും വ്യാകര ണവും കണക്കുമൊക്കെ വായിക്കാൻ!

എന്റെ രണ്ടു ചിത്രങ്ങളും അങ്ങനെ വൻ പരാജയമായി. ഞാൻ

നിരാശനായി. അങ്ങനെ ആറാം വയസിൽ ഞാൻ ചിത്രരചന നിർ
ത്തി. ഒരു മഹാനായ ചിത്രകാരനെ ലോകത്തിനു നഷ്ടമായി..."

എങ്ങനെയുണ്ടു കൂട്ടുകാരെ ആ ചിത്രങ്ങളുടെ കഥ? എത്ര ര
സകരമായിട്ടാണ് അതിന്റെ അവതരണം! ഭാവനാശാലിയായ ഒരു
കുട്ടിക്ക് പെരുമ്പാമ്പിന്റെ ഉള്ളിലെ ആനയെ സങ്കൽപ്പിക്കാനാകും.
പെരുമ്പാമ്പിന്റെ വയർ തള്ളിനിൽക്കുന്നതിന്റെ ആകൃതി കണ്ടാൽ
മതി! എന്നാൽ ഭാവനയില്ലാത്ത മുതിർന്നവർക്കുണ്ടോ പെരുമ്പാ
മ്പിനെയോ ആനയെയോ സങ്കൽപ്പിക്കാൻ കഴിയുന്നു! അത് പറ
ഞ്ഞുകൊടുത്താലും പ്രയോജനമില്ല. അത്തരം മൗലികമായ, മനോ
ഹരമായ, അസാധാരണമായ, ഒരു രംഗമൊന്നും സങ്കൽപ്പിക്കാന
വർക്കു നേരമില്ല. അങ്ങനെ നേരംകളയാതെ വ്യാകരണം പഠിക്കാനേ
അവർ ഉപദേശിക്കൂ!

എന്താ കൂട്ടുകാർക്ക് ചിരി വരുന്നുണ്ട്, ഇല്ലേ? നിങ്ങൾ വള
പ്പൊട്ടും മയിൽപ്പീലിയും വെള്ളാരങ്കല്ലും എടുത്ത് സൂക്ഷിക്കുമ്പോൾ
മുതിർന്നവർ ചോദിക്കും: ഈ 'ആക്രിയീക്രി' സാധനങ്ങളൊക്കെ
എന്തിനാണെന്ന്! സാരമില്ല. മുതിർന്നവർക്ക് കാര്യവിവരമില്ലാത്തതു
കൊണ്ടാണ്. അവരോടു ക്ഷമിക്കുക. വളപ്പൊട്ടുകൊണ്ടും വെള്ളാ
രങ്കല്ലുകൊണ്ടും എന്തൊക്കെ കളിക്കാം. പെരുമ്പാമ്പിനെപ്പറ്റി സ്വ
പ്നം കണ്ടും കൂട്ടുകാർക്ക് ഭാവന വളർത്തി മിടുക്കരാകാം. അതി
നാൽ എല്ലാ കൂട്ടുകാരും സ്വപ്നം കാണണം. കളിക്കുകയും വേ
ണം.

ഇനി മാമൻ ഇതുവരെ ഒളിച്ചുവച്ച ഒരു രഹസ്യം പറയാം. മാ
മൻ പരിചയപ്പെടുത്തിയ ചിത്രകാരനായ കുട്ടിയും ചിത്രങ്ങളും ഒ
രു പുസ്തകത്തിലുള്ളതാണ്. അതിമനോഹരമായ ഒരു ബാലസാ
ഹിത്യഗ്രന്ഥം. ലോകത്തിലെ ഏറ്റവും മനോഹരവും ഉദാത്തവുമാ
യ ഒരു കൃതി. *ലിറ്റിൽ പ്രിൻസ്*

അന്താൻ ദ് സാന്തെക്സ്യുപെരി എന്ന ഇറ്റാലിയൻ നോവലി
സ്റ്റിന്റെ കൃതി. ആ കൃതിയിലെ മനോഹരവും മൗലികവുമായ ചില
ആശയങ്ങളെ മാമൻ പിന്നീടു പരിചയപ്പെടുത്താം. അതിനുമുമ്പ്
കൂട്ടുകാർ ആ പുസ്തകം വായിക്കാൻ ശ്രമിക്കണേ. മാമനത് മല
യാളത്തിൽ മൊഴിമാറ്റം നടത്തിയിട്ടുണ്ട്. *എന്റെ കൊച്ചുരാജകുമാ
രൻ* എന്ന പേരിൽ. അതു വായിച്ച് ആവേശം കൊണ്ട്, ഒറ്റ ഇരുപ്പി
ലിരുന്ന്, മാമനതിന്റെ സ്വതന്ത്രമായ മൊഴിമാറ്റം നടത്തുകയായിരു
ന്നു! എല്ലാ കാന്താരിക്കുട്ടികളും അതു വായിക്കണേ.

നമുക്ക് സ്നേഹിച്ചു പഠിക്കാം

കൂട്ടുകാരെ, കുന്നിമണികളെ, കുഞ്ഞുകാന്താരികളെ, എല്ലാ വർക്കും സുഖമാണല്ലോ അല്ലേ? മാമന്റെ കത്തു വായിച്ചു സന്തോ ഷിച്ച് ഒത്തിരികൂട്ടുകാർ മറുപടിഅയച്ചു. മറുപടിഅയച്ച കൂട്ടുകാർ ക്കും മറുപടി എഴുതാൻ മടിച്ചിരിക്കു ന്ന നാണംകുണുങ്ങികൾക്കും കൂ ടിയാണ് ഈ കത്ത്. കത്തെഴു താത്തവർ ഉടനെഴുതണേ. എ ഴുതിയവർ വീണ്ടുമെഴുതണേ.

മാമൻ പറഞ്ഞ കാര്യം ഒരിക്കൽ കൂടി പറയട്ടെ. ക ത്തെഴുത്ത് ഒരു കലയാണ്. ഒരു 'കമ്യൂണിക്കേഷൻ' കല. ക ത്തെഴുതി കൂട്ടുകാർ മിടുക്കരാ കും. അതിനാൽ വീണ്ടും വീ ണ്ടുമെഴുതൂ. എന്തുമെഴുതൂ. എ ങ്ങനെയുമെഴുതൂ. കൂട്ടുകാരു ടെ വിശേഷങ്ങൾ എഴുതാം. ആശയങ്ങൾ എഴുതാം. അഭി പ്രായങ്ങൾ എഴുതാം. ക

ണ്ടെത്തലുകൾ എഴുതാം. വായനാനുഭവമെഴുതാം. പരീക്ഷണ നി രീക്ഷണാനുഭവമെഴുതാം. അങ്ങനെ എന്തുമെഴുതാം.

"മാമാ, മാമന്റെ കത്തുവായിച്ച് ഞാൻ സന്തോഷം കൊണ്ടു തു ള്ളിച്ചാടി. അതുകണ്ട് അച്ഛനുമമ്മയും കത്തെടുത്തു വായിച്ചു. അപ്പോൾ അവരും പൊട്ടിച്ചിരിച്ചുപോയി. കത്തിൽ അത്രയേറെ സ്നേഹമുണ്ടായിരുന്നു..." ഒരു കുട്ടി എഴുതിയിരിക്കുന്നു. നന്നാ യി. സ്നേഹം പങ്കുവയ്ക്കാനാണ് കത്ത്. സ്നേഹം കൊടുത്താ ലേ സ്നേഹം കിട്ടൂ. കുട്ടികൾക്കുള്ള കത്തു വായിച്ചു സന്തോഷി ക്കുന്ന മുതിർന്നവർ ഭാഗ്യവാന്മാരാണ്. കാരണമെന്താണെന്നോ? അവരിലുമൊരു കുട്ടി ഉണ്ടെന്നതുതന്നെ. വലുതായിട്ടും ഉള്ളിൽ കുട്ടിത്തമുള്ളവർക്ക് എല്ലാം രസിച്ച് ആസ്വദിച്ച് സന്തോഷിക്കാനാകും.

ഇനി ഒരു സ്വകാര്യം ചോദിക്കട്ടെ. നിങ്ങൾ ഒരാളെ കണ്ടാൽ എന്തു ചെയ്യും? ചിരിക്കും. എന്താ കാര്യം? ചിരി പകരും! നിങ്ങളു ടെ മുഖത്തെ സന്തോഷം അവരിലും സന്തോഷമുണ്ടാക്കി. അതാ ണവർ ചിരിക്കുന്നത്. ചിരിക്കാൻ പഠിക്കണം. സന്തോഷിക്കാൻ പഠി ക്കണം. മുഖം വീർപ്പിച്ചിരുന്നു ശീലിക്കുന്നവരുടെ ജീവിതം നരക മാകും.

ഒരിക്കൽ ഒരു ചെന്നായയുടെ കൈയിൽ ഒരു അണ്ണാൻ പെട്ടു. മരക്കമ്പിലൂടെ ചാടിനടന്ന് 'ച്ചരിൽ... ച്ചരിൽ...' എന്നു പാടി സ ന്തോഷിക്കുകയായിരുന്നു. അണ്ണാൻകുട്ടൻ. അതിനിടെ ഒരു രസ ത്തിന് നിലത്തേക്കു ചാടിയതായിരുന്നു. നിലത്ത് ചെടികളുടെ മറ വിൽ ചെന്നായ ഒളിച്ചിരുന്നിരുന്നു. അണ്ണാൻ നിലത്തു ചാടിയതും ചെന്നായ പിടിച്ചതും ഒന്നിച്ചുനടന്നു. ചെന്നായ അണ്ണാനെ കടിച്ചു കൊന്നു തിന്നാൻ പോവുകയായിരുന്നു. അപ്പോൾ അണ്ണാൻ കര ഞ്ഞു പറഞ്ഞു: "എന്റെ പൊന്നുചേട്ടാ, എന്നെ കൊല്ലരുതേ. ഓടി യും ചാടിയും മറിഞ്ഞും തിരിഞ്ഞും ചിലച്ചും പാടിയും എനിക്ക് മ തിയായിട്ടില്ല. ഇപ്പോൾ എന്നെ കൊല്ലരുതേ. ഞാൻ കുറേനാൾ കൂടി ഇങ്ങനെ സന്തോഷിക്കട്ടെ."

അണ്ണാന്റെ ഈ സന്തോഷം കണ്ട് ചെന്നായ എന്നും അസൂയ പ്പെട്ടിരുന്നു. എങ്ങനെയാണിങ്ങനെ സന്തോഷിച്ചു ജീവിക്കുന്നത്? ചെന്നായ എന്നും അത്ഭുതപ്പെട്ടിരുന്നു. തനിക്കാണെങ്കിൽ എപ്പോഴും ദേഷ്യമാണ്. വെറുപ്പാണ്. സന്തോഷിക്കാൻ പറ്റുന്നേയില്ല. ഇതൊ ക്കെ ഓർത്ത് ചെന്നായ പറഞ്ഞു: "നിന്റെ സന്തോഷത്തിന്റെ രഹ സ്യം പറഞ്ഞുതന്നാൽ നിന്നെ ഞാൻ കൊല്ലാതെ വിടാം."

അപ്പോൾ അണ്ണാൻ പറഞ്ഞു: "ചേട്ടാ, ചേട്ടൻെറ കൈയിലിരു ന്നു പേടിച്ചുവിറയ്ക്കുമ്പോൾ ഞാനെങ്ങനെ സന്തോഷത്തിന്റെ ര ഹസ്യം പറയും? എന്നെ വിടൂ. ഞാൻ മരക്കൊമ്പിലിരുന്ന് രഹ സ്യം ഉച്ചത്തിൽ പറയാം."

അതുകേട്ട് ചെന്നായ അണ്ണാനെ വിട്ടു. അവൻ ഓടി ഒരു മര ത്തിന്റെ കമ്പിൽ കയറി. ചാടി മരത്തിന്റെ ഉയരത്തിലെത്തി. അവി ടെയിരുന്ന് നന്നായി 'ച്ഛിരിൽ... ച്ഛിരിൽ...' എന്നു ചിലച്ചു. പിന്നെ സന്തോഷത്തോടെ പറഞ്ഞു: "എനിക്കു ജീവൻ തിരിച്ചുകിട്ടി. ഹാ യ്! ഹായ്! ചേട്ടനു നന്ദി. ഇനി സന്തോഷത്തിന്റെ രഹസ്യം പറ യാം. ചെന്നായ് ചേട്ടാ കേട്ടോളൂ.

സന്തോഷം നമ്മുടെ മനസിലാണുണ്ടാകേണ്ടത്. മനസ്സ് നന്നാ കണം. മറ്റുള്ളവരെ വെറുപ്പോടെയും സംശയത്തോടെയും നോക്കു ന്നവർക്കു സന്തോഷിക്കാനാവുകയില്ല. മറ്റുള്ളവരെ സ്നേഹിക്കണം. പ്രകൃതിയെ സ്നേഹിക്കണം. ലോകത്തെ സ്നേഹിക്കണം. ലോ കത്തിൽ നല്ല എത്രയോ കാര്യങ്ങൾ ഉണ്ട്. കുളിർകാറ്റ്, കുടിവെ ള്ളം, മണ്ണ്, മരം, പൂക്കൾ, പൂമ്പാറ്റകൾ, പുല്ലുകൾ. സ്നേഹിക്കാനറി യാവുന്ന അനേകം ജീവികൾ... എല്ലാറ്റിനെയും നമ്മൾ സ്നേഹി ച്ചാൽ, ബഹുമാനിച്ചാൽ, എല്ലാമായി സഹകരിച്ചാൽ നമുക്ക് സം തൃപ്തി ഉണ്ടാകും. സ്നേഹം കൊടുക്കാനും വാങ്ങാനും പറ്റും. ചി രിക്കാൻ പറ്റും. നന്നായി സ്നേഹിക്കാൻ പറ്റും. ച്ഛിരിൽ ച്ഛിരിൽ! ഇതാണ് സന്തോഷത്തിന്റെ രഹസ്യം."

അണ്ണാന് ആർത്തിയില്ല. വേവലാതിയുമില്ല. കിട്ടുന്നത് തിന്ന് സന്തോഷിച്ചു കഴിയുന്നു. അതിനാൽ സന്തോഷം കിട്ടുന്നു. അത്യാർ ത്തിക്കാരനായ ചെന്നായ്ക്കോ ഒരിക്കലും സന്തോഷമില്ല.

അതെ, കൂട്ടുകാരെ. സന്തോഷം നമ്മൾ ഉണ്ടാക്കുന്നതാണ്. ന ല്ല കാര്യങ്ങൾ ചിന്തിച്ചും നല്ല പ്രവൃത്തികൾ ചെയ്തും നല്ല സ്വപ് നങ്ങൾ കണ്ടും ജീവിക്കുമ്പോൾ സന്തോഷം താനെ വരും. അ ങ്ങനെ ഉള്ളിൽ സന്തോഷമുള്ളവർ അറിയാതെ ചിരിക്കും. അവർ സ്നേഹം കൊടുത്ത്, സ്നേഹം കൊടുത്ത്, സ്നേഹം വാങ്ങി ലോ കത്തെ സ്വർഗമാക്കും. കൂട്ടുകാരെല്ലാം അണ്ണാൻകുഞ്ഞുങ്ങളെപ്പോ ലെ സന്തോഷിക്കുന്നത് അണ്ണാൻകുന്നിലിരുന്ന് ഈ മാമൻ സ്വപ് നം കാണുന്നു!

5

വെള്ളത്തിലാശാന്റെ സർക്കസ്

കൂട്ടുകാരെ, എല്ലാവരും പഠിച്ചു മിടുക്കരാകണമെന്നല്ലേ സ്വപ്നം കാണുന്നത്? പഠനമെന്നാൽ പാഠപുസ്തകം മനഃപാഠമാ ക്കലല്ല. ചുറ്റും കണ്ടും കേട്ടും പഠിച്ചും അത്ഭുതപ്പെട്ടും വളരുന്നതും പഠനത്തിന്റെ ഭാഗമാണ്. ഇങ്ങനെ കണ്ടും കേട്ടും രസിച്ചും ജീവി ക്കുമ്പോൾ ധാരാളം ആക്റ്റിവിറ്റികളും താനെ ചെയ്യും. ചെയ്യണം. അതിനൊരു ഉദാഹരണമാണ് ഇനി പറയുന്ന കഥ.

ഇതൊരു പഴങ്കഥയാണ്. മാമൻ കുട്ടിയായി വിലസി നടന്നിരു ന്ന കാലം. ഒരു ദിവസം ഞാനും ചേട്ടനും കൂടി കുളക്കരയിലെ ത്തി. കുളത്തിലെ വാൽമാക്രികളെ കണ്ടു രസിച്ചുനിന്നു. വാൽമാ ക്രികളെ തിന്ന് വയർനിറയ്ക്കാൻ കുറെ നീർക്കോലികളും ഞങ്ങളു ടെ കുളത്തിലെത്തിയിരുന്നു. നീർക്കോലികൾക്ക് ഞങ്ങളെ, കുട്ടി കളെ, പേടിയായിരുന്നു. ഞങ്ങൾക്ക് നീർക്കോലികളേയും അൽപ്പം പേടിയുണ്ടായിരുന്നു. കുറച്ചുനേരം കരയിലിരുന്നതിനുശേഷം ഞാ നും ചേട്ടനും കുളത്തിലിറങ്ങി. കരയോടുചേർന്ന ഭാഗത്ത് മുട്ടറ്റം വെള്ളത്തിലിറങ്ങി നിന്നു. വാൽമാക്രികളെ പിടിച്ചു പരിശോധി ക്കുകയായിരുന്നു ലക്ഷ്യം. അപ്പോഴായിരുന്നു ഞാൻ ആദ്യമായി വെള്ളത്തിലാശാനെ കണ്ടത്. ഒരു ആശാനെയല്ല, പല ആശാന്മാ രെ. ഞങ്ങളെ കണ്ട് അവർ വെള്ളത്തിനു മുകളിലൂടെ ഓടുന്നു. ഓ ടിമാറി വെള്ളത്തിൽ നടക്കുന്നു. കാലുകൾ അകത്തിവച്ച് വീഴാ തെയും താഴാതെയുമുള്ള ആ നടപ്പും ഓട്ടവും കണ്ട് ഞങ്ങൾ

അത്ഭുതപ്പെട്ടുനിന്നു. ഞങ്ങൾ കണ്ട ആ അത്ഭുതജീവികളെപ്പറ്റി പ
റഞ്ഞപ്പോൾ അമ്മൂമ്മ പറഞ്ഞു, അത് വെള്ളത്തിൽപ്പാറ്റകളാണെന്ന്.
ജലവണ്ടുകൾ എന്ന് മറ്റൊരു പേര് അച്ഛൻ പറഞ്ഞു.

പിന്നെ, ഏറെനാൾ കഴിഞ്ഞ് കൂടുതൽ സയൻസ് പഠിച്ചപ്പോൾ
ഞാൻ ആ അത്ഭുതം മനസിലാക്കി. വെള്ളത്തിന്റെ ഏറ്റവും പുറമേ
യുള്ള ഭാഗം വളരെ നേർത്ത ഒരു പാട അഥവാ സ്തരം (ഫിലിം)
പോലെ പ്രവർത്തിക്കുന്നുണ്ട്! അതിനുകാരണം പ്രതലബലം (sur-
face tension) ആണ്. ഈ പ്രതലബലത്തിന്റെ ബലത്തിലാണ് വെ
ള്ളത്തിലാശാന്റെ വെള്ളത്തിലോട്ടം! എന്താണ് വെള്ളത്തിലാശാ
ന്റെ അഥവാ ജലവണ്ടിന്റെ ഇംഗ്ലീഷ് നാമം? അതറിയാൻ ഞാൻ നി
ഘണ്ടുവിൽ നോക്കി. ആശാന് രണ്ടു പേരുകൾ ഉണ്ട്. ഒന്ന്, വാട്ടർ
സ്ട്രൈഡർ (Water strider). രണ്ട്, പോൺഡ് സ്കേറ്റർ (Pond skater).
സ്ട്രൈഡ് (Stride) എന്നാൽ കവച്ചുവച്ചുള്ള നടത്തമാണ്. അപ്പോൾ
ജലനിരപ്പിലൂടെ കവച്ചുവച്ചു നടക്കുന്നവനു പറ്റിയ പേരാണല്ലോ
വാട്ടർ സ്ട്രൈഡർ. സ്കേറ്റിങ് (skating) എന്നാൽ തെന്നിനടപ്പാണ
ല്ലോ; അല്ലെങ്കിൽ ഓട്ടം. ഐസ്പാളിയിലൂടെ സ്കേറ്റിങ് നടത്തു
ന്നത് കൂട്ടുകാർ ടി വിയിലൂടെ കണ്ടിരിക്കും. അപ്പോൾ കുളത്തിലെ
വെള്ളത്തിനു മുകളിലൂടെ തെന്നിയോടുന്ന ആശാന് പറ്റിയ പേരാ
ണല്ലോ പോൺഡ് സ്കേറ്റർ എന്ന്.

പോണ്ട് സ്കേറ്റർ എന്നത് ബ്രിട്ടീഷ് ഇംഗ്ലീഷും വാട്ടർ സ്ട്രൈഡർ നോർത്ത് അമേരിക്കൻ ഇംഗ്ലീഷുമാണ് എന്ന് ഞാൻ പിന്നീട് കണ്ടുപിടിച്ചു. കൂടുതൽ സയൻസ് പഠിച്ചപ്പോൾ ജലവണ്ട് ഒരു ഷഡ്പദമാണ് (insect) എന്നും ഞാൻ മനസിലാക്കി. ആറുകാലന്മാരുടെ ആ കുടുംബമാണല്ലോ ഏറ്റവും വലിയ ഒരു കുടുംബം.

ഭൗതികശാസ്ത്രം പഠിച്ചപ്പോൾ ചലനത്തെപ്പറ്റിയും ഗുരുത്വാകർഷണത്തെപ്പറ്റിയും പഠിച്ചു. അപ്പോഴായിരുന്നു ജലവണ്ടിന്റെ ജലോപരിതലത്തിലെ ചലനത്തിനു പിറകിൽ ഒരു ഭൗതികതത്വവുമുണ്ട് എന്ന് അറിഞ്ഞത്. നീണ്ടകാലുകളാണ് വെള്ളത്തിലാശാനുള്ളത്. അവ അകത്തിവച്ചു നടക്കുന്നു (ഓടുന്നു). അപ്പോൾ ഭാരം കൂടുതൽ പ്രദേശത്തായി വിതരണം ചെയ്യപ്പെടുന്നു. അതിനാൽ പ്രതലബലത്തെക്കാൾ കുറവായിരിക്കും പ്രാണിയുടെ താഴേക്കുള്ള ഗുരുത്വാകർഷണബലം. കണ്ടോ, കണ്ടോ വെള്ളത്തിൽപ്പാറ്റയുടെ പാടവത്തിനു പിറകിലെ വലിയ എൻജിനീയറിങ് വിദ്യ!

ബയോളജി പഠിച്ചപ്പോൾ ജീവിക്കാനായിട്ടുള്ള അനുകൂലനങ്ങളെപ്പറ്റിയും (adaptation) പഠിച്ചു. ജലോപരിതലത്തിൽ അനായാസം ജീവിക്കാൻ പറ്റിയ നീണ്ട കാലുകൾ മാത്രമല്ല ജലവണ്ടിനുള്ളത്. അതിന്റെ കാലിന്റെ അഗ്രഭാഗത്ത് എണ്ണ ചുരത്തുന്ന ഗ്രന്ഥികളുണ്ട്. ഈ ഗ്രന്ഥികൾ ചുരത്തുന്ന എണ്ണപുരണ്ട കാലുകൊ

ണ്ടാണ് കക്ഷിയുടെ ജലസർക്കസ്. ജലത്തിന്റെ പ്രതിരോധം (ത ടസം) കുറയ്ക്കുന്നതിന് ഈ എണ്ണ സഹായിക്കും (കളി വള്ള ങ്ങൾക്ക് പുറത്ത് എണ്ണയിടുന്നത് കണ്ടിട്ടില്ലേ?).

എത്ര അത്ഭുതകരമാണ് അറിവിന്റെ ലോകം. ഒരു കൊച്ചുകു ട്ടിയായിരുന്നപ്പോൾ ഒരു കുളത്തിലെ ജലോപരിതലത്തെ നിരീ ക്ഷിച്ചപ്പോൾ ഒരു കാഴ്ച കാണുന്നു. അത്ഭുതപ്പെട്ടു നിൽക്കുന്നു. പിന്നെ അതേപ്പറ്റി അന്വേഷണം നടത്തുന്നു. എന്തൊക്കെ കണ്ടെത്തു ന്നു! അതും എത്ര വ്യത്യസ്തമായ വിഷയങ്ങളിലുള്ള വിജ്ഞാന ത്തിന്റെ മുത്തുകൾ! ഇതാണ് ആക്റ്റിവിറ്റികളുടെ അനന്തസാധ്യത. അറിവിന്റെ പാരാവാരത്തിന് അതിരുകൾ ഇല്ല എന്നും വെള്ളത്തി ലാശാൻ എന്നെ പഠിപ്പിച്ചു. ആശാനെപ്പറ്റി ആലോചിച്ചപ്പോൾ എ ന്തൊക്കെ വിഷയങ്ങളിലുള്ള വിജ്ഞാനമാണ് എനിക്ക് ലഭിച്ചത്.

ഒരു അറിവ് അടുത്ത അറിവിലേക്ക് നയിച്ചു. അങ്ങനെ അറിവിന്റെ അനേകം മുത്തുകൾ. അറിവിന്റെ ഒരു ശൃംഖല! ആ അന്വേഷണമാണ് ശരിയായ പഠനം. അറിവു സൃഷ്ടിക്കുന്ന രസകരമായ പ്രവൃത്തി!

6

മറക്കാനാകാത്ത ഒരു വായനാനുഭവം

പ്രിയപ്പെട്ട കൂട്ടുകാരെ, കുന്നിമണികളെ,

മറക്കാനാകാത്ത ഒരു വായനാനുഭവമാണ് മാമൻ ഇനി നിങ്ങളു മായി പങ്കുവയ്ക്കുന്നത്. മനോഹരമായ, ആവേശകരമായ, ഒരു അ നുഭവം. അത് നൽകിയത് ബഷീറിന്റെ *ഭൂമിയുടെ അവകാശികൾ* എന്ന കഥാപുസ്തകമാണ്.

ഭൂഗോളത്തിൽ ച്ചിരിപ്പിടിയോളം സ്ഥലം ബഷീർമാമൻ വിലയ്ക്കു വാങ്ങി ജീവിതം സുരക്ഷിതമാക്കി. തന്റെ പറമ്പിൽ മറ്റാരും അതിക്രമിച്ചു കയറുകയില്ല. നല്ല വില കൊടുത്തു വാങ്ങിയ വീടും പറമ്പുമാണ്. ആധാരം അലമാരയിൽ വച്ചുപൂട്ടിയിട്ടുണ്ട്. പറ മ്പിനു ചുറ്റും നല്ല വേലിയും കെട്ടിയിട്ടുണ്ട്. ഗേറ്റുവച്ചു പൂട്ടിയിട്ടു മുണ്ട്. കാവലിനോ ഒരു നായയും റെഡി. പിന്നെ എന്തിനു ഭയ പ്പെടണം? ബഷീർമാമൻ തന്റെ പറമ്പു നിറയെ ഉള്ള തെങ്ങുകളെ നോക്കി സന്തോഷിച്ചിരുന്നു. തെങ്ങുകളിൽ നിറയെ തേങ്ങയുണ്ട്. തേങ്ങയ്ക്കു നല്ല വിലയുമുണ്ട്. പിന്നെ എന്തിനു വേവലാതിപ്പെട ണം? തെങ്ങുകളെ കൂടാതെ മാവുകളും പ്ലാവുകളും പേരകളും പു ളികളും എല്ലാം പറമ്പിലുണ്ട്. വീട്ടിലോ മക്കളും ഭാര്യയും കൊച്ചു മക്കളും. പിന്നെ കോഴികൾ, പശുക്കൾ, ആടുകൾ, പൂച്ചകൾ തുട ങ്ങിയവയുമുണ്ട്. പിന്നെ സന്തോഷത്തിന് വേറെ എന്തുവേണം? തന്റെ സ്വന്തമായ വീട്ടിൽ അൽപ്പം ഗമയിൽ അദ്ദേഹം ഇരിക്കു മ്പോഴായിരുന്നു ഞെട്ടിക്കുന്ന ഒരു കാഴ്ച കണ്ടത്.

തന്റെ പറമ്പിലും വീട്ടിലും അനുവാദം വാങ്ങാതെ പലരും ക
യറുന്നു. കയറി താമസിക്കുകപോലും ചെയ്യുന്നു! എന്തൊരു
ധിക്കാരം! ആദ്യം വന്നത് പക്ഷികളും ചിത്രശലഭങ്ങളുമായിരുന്നു.
തീറാധാരവും ഗേറ്റും മുള്ളുവേലിയും നായയും ഒന്നും അവർക്കു
പ്രശ്നമല്ലായിരുന്നു. ആരേയും മാനിക്കാതെ, ആരുടെയും സമ്മതം
ചോദിക്കാതെ, തന്റെ സ്വകാര്യസ്വത്തിലേക്ക് ആ തെമ്മാടികൾ ക
യറിയിരിക്കുന്നു. 'ഹേയ്! നിങ്ങൾക്ക് എന്റെ പറമ്പിൽ എന്ത് അവ
കാശം?' അങ്ങനെ ചോദിക്കാൻ ബഷീറിന് തോന്നിയതാണ്. പ
ക്ഷേ അവരുടെ മട്ട് കണ്ടപ്പോൾ വായ തുറക്കാൻ തോന്നിയില്ല. അ
തിപുരാതനമായ എന്തോ അവകാശം മാതിരിയായിരുന്നു അവ പ
റമ്പിൽ കയറിയത്. ഈ ഭൂഗോളത്തിൽ മനുഷ്യവർഗം ഉണ്ടാകു

ന്നതിന് മുമ്പുതന്നെ ഞങ്ങൾ ഇവിടെ ഉണ്ട്. അതായിരുന്നു അവരുടെ മട്ട്.

ചിത്രശലഭങ്ങൾ വെയിലിൽ പറന്നുകളിച്ചു. പക്ഷികൾ മരങ്ങൾ കൈയടക്കി. രണ്ടു കാക്കകൾ അനുവാദം വാങ്ങാതെ രണ്ടു തെങ്ങുകളിൽ കൂടുകെട്ടി മുട്ടകളുമിട്ടു. പോരാത്തതിന് 'കാ കാ കാ കാ' എന്ന് കരഞ്ഞ് വീട്ടിലുള്ളവരുടെ ചെവിയും പൊട്ടിച്ചു.

ഒരു ദിവസം നേരം ഉച്ചയായി. അപ്പോഴുണ്ട് മുറ്റത്ത് കോഴികൾ കൊക്കുന്നു. നായ കുരയ്ക്കുന്നു. എന്താണ് വിശേഷം? ആരാണാവോ വന്നിരിക്കുന്നത്? അറിയാനായി ബഷീർ മുറ്റത്തേക്കിറങ്ങി. പെട്ടെന്ന് പേടിച്ചു ഞെട്ടി. മുന്നിൽ കാലും ചിറകുമില്ലാത്ത ഒരു ജീവി. മൂർഖൻ പാമ്പ്. അവൻ ദേഷ്യപ്പെട്ട് പത്തിവിടർത്തി നിന്ന് ചീറ്റുന്നു. പാമ്പിനെ എന്തുചെയ്യണം? കൈയിൽ വടിയില്ല. വെറുംകൈ. പാമ്പ് ചീറ്റുകയാണ്. അമ്പോ, മനുഷ്യൻ എത്ര ബലഹീനൻ! കൈയിൽ വടിയില്ലെങ്കിൽ പാമ്പിനു മുന്നിൽ അശക്തൻ! പോയി വടി എടുത്തുകൊണ്ടു വന്ന് പാമ്പിനെ അടിച്ചുകൊല്ലാം.

പക്ഷേ അതു ശരിയാണോ? പാമ്പിനുമില്ലേ ഭൂമിയിലൊരു അവകാശം? ഹേ സർപ്പമേ, എന്റെ പറമ്പിൽനിന്നും ക്ഷണത്തിൽ പോവുക. ഇതിന്റെ അവകാശം എനിക്കു മാത്രമാണ്. ഇങ്ങനെ പറഞ്ഞു പോയി.

പക്ഷേ പാവം പാമ്പ്! അത് എങ്ങോട്ടു പോകും? ഭൂഗോളം മുഴുവൻ മനുഷ്യൻ വേലികെട്ടി വച്ചിരിക്കുന്നു. ബഷീർമാമന് പാമ്പിനോടു ദയ തോന്നി. ഇവിടെ എവിടെയെങ്കിലും ഒതുങ്ങി കഴിഞ്ഞോളൂ. അദ്ദേഹം മനസിൽ പറഞ്ഞു. ദേഷ്യം മാറിയതോടെ പാമ്പ് പത്തിചുരുട്ടി ഒരു പൊത്തിലേക്ക് ഇഴഞ്ഞുകയറി.

അപ്പോഴേക്ക് ഭാര്യ ഓടിയെത്തി. കോഴി കൊക്കുന്നതു കേട്ടല്ലോ. വല്ല പാമ്പോ മറ്റോ ആയിരു

ന്നോ? ഭാര്യ ചോദിച്ചു.

വെറും പാമ്പല്ല. മൂർഖൻ.

എന്നിട്ട് നിങ്ങൾ അതിനെ കൊന്നില്ലേ?

ഇല്ല. അതും ഭവതിയെപ്പോലെ ഈശ്വരസൃഷ്ടി. അതും ജീവി ക്കട്ടെ. ഈ ഭൂഗോളത്തിന്റെ അവകാശിയാണ്....

കഥ ഇങ്ങനെ മുന്നേറുന്നു. ഇടയ്ക്കൊരു ദിവസം ഭാര്യ ഉപദേ ശിക്കുന്നു. ചുമ്മാ ഇരുന്ന് കൊതുകിനേയും തേളിനേയും പാമ്പി നേയും പറ്റി ചിന്തിക്കാതെ വീടും പറമ്പും ശരിക്ക് നോക്ക്. നമ്മെ ഉപദ്രവിക്കുന്ന ചിതലിനെയും പാമ്പിനെയും ഒക്കെ കൊല്ലണം.

അപ്പോൾ ബഷീർ മാമന്റെ മറുപടി എന്താണെന്നോ? "ഹിംസ എനിക്കു വയ്യ... എനിക്കീ പ്രപഞ്ചങ്ങളെ എല്ലാം സ്നേഹത്തോടെ ആലിംഗനം ചെയ്യാൻ തോന്നുന്നു."

"ഞാനും മക്കളുമാണ് ഈ പ്രപഞ്ചമെന്നു വിചാരിച്ചാൽ മതി" എന്ന് ഭാര്യ ഉപദേശിക്കുന്നു.

"അത്രയ്ക്കു ചെറുതാകാൻ വയ്യ" എന്നായിരുന്നു അപ്പോൾ ബഷീർ മാമന്റെ മറുപടി!

ആ കഥ മുഴുവനായി ഇവിടെ പറയുന്നില്ല. ഒരു കാര്യം മാത്രം പറയാം. ബഷീർ ഈ കഥ എഴുതുന്ന കാലത്ത് ലോകത്ത് ആരും ഇക്കോളജി (പരിസ്ഥിതിശാസ്ത്രം) എന്ന് കേട്ടിരുന്നില്ല. സുസ്ഥിര വികസനം എന്നും കേട്ടിരുന്നില്ല. എന്നാൽ ബഷീർ എല്ലാം എത്ര നേരത്തെ സ്വയം അറിഞ്ഞു. പാമ്പും ശലഭവും മനുഷ്യനും പ്രകൃ തിയുടെ കണ്ണികൾ മാത്രമാണെന്നും എല്ലാ കണ്ണികളും നിലനി ൽക്കണമെന്നും അദ്ദേഹം മനസിലാക്കി. എല്ലാറ്റിനേയും സ്നേഹി ക്കുകയും ബഹുമാനിക്കുകയും ചെയ്യണമെന്ന പാരിസ്ഥിതിക ധർ മബോധം അദ്ദേഹം സ്വയം ഉൾക്കൊണ്ടു. കാലത്തിനു മുമ്പെ നട ന്ന് വിവേകമുൾക്കൊണ്ട് അദ്ദേഹം എഴുതിയ മനോഹരവും ഉദാ ത്തവുമായ ഒരു കഥതന്നെയാണ് *ഭൂമിയുടെ അവകാശികൾ*. അനേക പ്രാവശ്യം വായിച്ച് ആസ്വദിച്ച് നമ്മുടെ മനസിനെ വളർത്താനുള്ള മഹത്വമുള്ള ഒരു കൃതി.

ഇത്തരം കൃതികളാണ് എക്കാലവും നിലനിൽക്കുന്നത്; എക്കാ ലവും നമ്മുടെ മനസിനെ മഹത്വത്തിലേക്ക് ഉയർത്തുന്നത്.

7

പുന്നാരക്കുട്ടികൾക്കൊരു പുതിയ കത്ത്

മാമന്റെ പുന്നാരക്കുട്ടികളെ,

എല്ലാ ചിരിക്കുടുക്കകൾക്കും സുഖമാണല്ലോ? മാമന്റെ കത്തു വായിച്ചുതുടങ്ങുമ്പോൾ തന്നെ ചിരിക്കുന്ന നൂറുകണക്കിന് സു ന്ദരിമാരെയും സുന്ദരന്മാരെയും മാമൻ ഭാവനയിൽ കാണുന്നുണ്ട്. അപ്പോൾ മാമന് ചിരി മാത്രമല്ല വരുന്നത്. മാമന്റെ ഉള്ളിലെവിടെ നിന്നോ സ്നേഹത്തിന്റെ ഒരു അരുവി ഒഴുകി നിങ്ങളെ തഴുകു ന്നത് മാമനറിയുന്നു. മാമന്റെ മനസ്സ് സന്തോഷം കൊണ്ട് നിറയു ന്നു. അതാണ് പുന്നാരമണികളേ, കത്തിന്റെ കഴിവ്. എഴുതുമ്പോൾ നമ്മുടെ ഉള്ളിൽ ചിന്തകൾ നിറയും. മനസിൽ വികാരങ്ങളും. എഴു ത്തിന്റെ ശക്തി അത്ര വലുതാണ്; മനോഹരവും.

"മാമൻ *തളിരി*ലെഴുതിയതു വായിച്ചു സന്തോഷിച്ചു. അതി നാൽ മാമനെഴുതുകയാണ്. ഞാനും കൂട്ടുകാരും നന്നായി ഓണം ആഘോഷിച്ചു. അത്തപ്പൂക്കളമത്സരത്തിൽ എന്റെ ക്ലാസിനായിരു ന്നു ഒന്നാം സ്ഥാനം. ഞങ്ങൾ നന്നായി ഓണപ്പാട്ടും പാടി. ഓണ ത്തിന് എന്റെ കൂട്ടുകാർ വീട്ടിൽ വന്നു. എനിക്കും അനിയത്തിക്കും ഓണക്കോടികൾ കിട്ടി." അങ്ങനെ പോകുന്നു കാവ്യമോഹൻ കരു നാഗപ്പള്ളിയിൽ നിന്നുമയച്ച കത്ത്.

കാവ്യയുടെ കത്ത് നന്നായിരിക്കുന്നു! മാമനെഴുതിയത് നന്നാ യി വായിച്ച് ആസ്വദിച്ചല്ലോ. അതല്ലേ മാമനെഴുതണമെന്ന് തോ ന്നിയത്. മാമന്റെ കത്ത് വായിച്ച് ആസ്വദിച്ചാൽ മാത്രം പോരാ;

ട്ടോ. അത് മറ്റു കൂട്ടുകാർക്കും വായിക്കാൻ കൊടുക്കണം. ഒരു പുസ്തകം പോലും പണംകൊടുത്തു വാങ്ങി വായിക്കാൻ പറ്റാത്ത എത്ര 'തളിരുകൾ' നമ്മുടെ നാട്ടിലുണ്ട്. ആ 'തളിരുകളും' വാടാതെ വളരേണ്ടേ? അതിന് അവർക്കും കിട്ടണം അറിവുകളും ആശ യങ്ങളും സ്വപ്നങ്ങളും. അവരും വായിക്കണം. അതുകൊണ്ട് കാ വ്യയെപ്പോലുള്ള ഭാഗ്യശാലികളായ കുട്ടികൾ മാമനെഴുതുന്നത് വാ യിച്ചുകഴിയുമ്പോൾ അത്തരം കൂട്ടുകാരെ തേടിപ്പിടിച്ചു കൊടുത്തു നോക്കൂ. അപ്പോൾ അവരുടെ മുഖത്ത് വിരിയുന്ന സന്തോഷപ്പൂവി ന്റെ ഭംഗി മറ്റൊരു പൂവിനുമുണ്ടാകില്ല. അവരുടെ ആ സന്തോഷം നമുക്ക് നൽകുന്ന സന്തോഷവും സംതൃപ്തിയും അനുഭവിച്ചുത ന്നെ അറിയേണ്ടതാണ്.

കാവ്യയുടെ കത്തിന് പുറകെ മാമന് മറ്റൊരു കത്തും കിട്ടി. അത് കണ്ണൂർ സെൻട്രൽ ജയിലിൽനിന്നായിരുന്നു! സത്യം! ഒരു ത ടവുകാരന്റെ സ്നേഹത്തിൽ കുതിർന്ന കത്ത്. തടവിൽ കിടക്കു മ്പോൾ വായനയാണ് ഏറ്റവും വലിയ ആശ്വാസമെന്ന് അദ്ദേഹം എഴുതിയിരിക്കുന്നു. വായനയിലൂടെ, ആസ്വാദനത്തിലൂടെ, ഭാവന യിലൂടെ, ചിന്തയിലൂടെ, സ്വപ്നത്തിലൂടെ, നല്ല വഴിയേ മനസിനെ നയിച്ച് സന്തോഷവും സമാധാനവും പ്രത്യാശയും ജീവിതത്തിൽ നിലനിർത്തുകയാണ് ആ സുഹൃത്ത്. മാമന്റെ ഒരു ഗ്രന്ഥമായ *മ്യൂണി ച്ചിലെ സുന്ദരികളും സുന്ദരന്മാരും*

ഒരു കോപ്പി കൊടുക്കണമെന്ന് അദ്ദേഹത്തിന്റെ കത്തിൽ ആവശ്യപ്പെട്ടിരുന്നു.

മാമൻ ആ കത്ത് വായിച്ച് കരയുകയും സന്തോഷിക്കുക യും ചെയ്തു. അദ്ദേഹത്തി ന് ജയിലിൽ കഴിയേണ്ടി വന്നതോർത്ത് കരഞ്ഞു. ജയിലിലും വായിച്ച് ചി ന്തിച്ച് സ്വപ്നം കണ്ട് വ ളരാൻ ഒരാൾ ശ്രമിക്കു ന്നതോർത്ത്

സന്തോഷിക്കുകയും ചെയ്തു.

എന്റെ പൊന്നു കാന്താരിക്കുട്ടികളേ, നിങ്ങൾ എത്ര ഭാഗ്യമുള്ളവർ! നിങ്ങൾ ജയിലിലല്ല. സ്വാതന്ത്ര്യ ത്തിന്റെ സുന്ദരമായ ലോകത്താണ്. നിങ്ങളെ സ്നേഹിക്കാനും പ്രോ

ത്സാഹിപ്പിക്കാനും എത്രയോ പേർ ഉത്സാഹിക്കുന്നു. ജയിലിൽ കിടക്കുന്നവരും നമ്മെപ്പോലെ മനുഷ്യരാണ്. അവർക്കും ആശക ളുണ്ട്. സ്വപ്നങ്ങളുണ്ട്. അവരും വളരാനാഗ്രഹിക്കുന്നവരാണ്. അ വർപോലും വായിച്ചു വളരാൻ ശ്രമിക്കുന്നു. കത്തെഴുതാൻ സമയം കണ്ടെത്തുന്നു.

നിങ്ങളോ? കടുകുമണികളേ, നന്നായി ആലോചിക്കൂ. എത്ര വലിയ ഭാഗ്യവാന്മാരും ഭാഗ്യവതികളുമാണ് നിങ്ങൾ. നിങ്ങൾക്ക് മുന്നിൽ വലിയ അവസരങ്ങൾ ഉണ്ട്. അവ ഉപയോഗിച്ച് നിങ്ങൾ മിടുക്കരാവുകയല്ലേ വേണ്ടത്? അതിന് വായനതന്നെ പ്രധാനം.

ഇനി എല്ലാ പുന്നാരക്കുട്ടികളും മടിക്കാതെ മാമനെഴുതുമല്ലോ. ഇന്നുതന്നെ എഴുതുമല്ലോ? മാമൻ കത്തിനായി കാത്തിരിക്കുന്നു.

8

എങ്ങനെ പഠിക്കണം

മാമാ, എങ്ങനെ പഠിക്കണം? പരീക്ഷ പാസാകാനല്ലേ പഠി ക്കേണ്ടത്? പഠനം വിരസമാകുന്നതെന്തുകൊണ്ടാണ്?... ഇങ്ങനെ പോകുന്നു തളിര് മാസിക വായനക്കാരായ ചില കൂട്ടുകാരുടെ സം ശയങ്ങൾ.

സംശയങ്ങൾ ചോദിച്ച കൂട്ടുകാരെ മാമൻ പ്രത്യേകം അഭിനന്ദിക്കുന്നു. എല്ലാ കൂട്ടു കാരും ഇനിയും കത്തെഴുതൂ. സംശയങ്ങളും ചോദിച്ചോളൂ. കത്തുകൾ കാർഡിലെഴുതി യാൽ മതി; ട്ടോ. അതാണ് സൗകര്യപ്രദം. ലാഭകരവും!

എന്റെ പുന്നാരക്കുട്ടിക ളെ, ഇനി നിങ്ങളുടെ സംശയ ങ്ങൾക്കു മറുപടി പറയാം. എങ്ങനെ പഠിക്കണം എന്ന തല്ലേ പ്രധാന ചോദ്യം? രസി ച്ചു പഠിക്കണം. പഠിച്ചു രസി ക്കണം. അങ്ങനെ തന്നെ പഠി

ച്ചാലേ കൂട്ടുകാർ മിടുക്കരാകൂ. പഠനം വഴി വളരൂ.

പഠനം പരീക്ഷ പാസാകാനുള്ള ഒരു തന്ത്രമല്ല. പരീക്ഷയ്ക്കു വേണ്ടി മാത്രം പഠിക്കുന്നവർക്ക് ഒരിക്കലും മിടുക്കരാകാൻ കഴിയു കയില്ല. പഠനം ആനന്ദകരമായ ഒരു അനുഭവമാക്കി മാറ്റണം. ആവേ ശകരമായ ഒരു അനുഭവമാക്കി മാറ്റണം. അതിന് കഴിയണമെങ്കിൽ രസിച്ചുതന്നെ പഠിക്കണം.

ഒരു ഉദാഹരണം പറയാം. ചെറുപ്പം മുതൽ രസിക്കാൻ പഠിക്കണം. പരിശീലിക്കണം. നല്ല പാട്ടു കേട്ടു രസിക്കണം. നല്ല പാട്ടു പാടിയും രസിക്കണം. അങ്ങനെ പാട്ടും കവിതയും ര സിക്കാനുള്ള കഴിവ് ചെറുപ്പത്തിൽതന്നെ വളർത്തിയെടുക്കുന്ന ഒ രു കുട്ടിക്ക് ഉയർന്ന ക്ലാസിൽ ചെല്ലുമ്പോൾ കവിത അനായാസം ആസ്വദിക്കാനാകും. ചൊല്ലി രസിക്കാനുമാകും. അങ്ങനെ കവിത യിൽ മുങ്ങിപ്പൊങ്ങുന്ന കുട്ടിക്ക് കവിതയുടെ അർഥവും സൗന്ദര്യ വും താനേ മനസിലാകും. കവിതയെപ്പറ്റി ഏതു പരീക്ഷയിലും ഏ തുതരം ചോദ്യത്തിനും നല്ല ഉത്തരമെഴുതാൻ കഴിയും. മൗലികത യുള്ള, സ്വന്തം അനുഭവത്തിന്റെ മധുരമുള്ള, ഉത്തരങ്ങൾ എഴുതാൻ കഴിയും. പരീക്ഷയ്ക്കുവേണ്ടി യാന്ത്രികമായി പഠിക്കുന്ന ഒരു കു ട്ടിക്ക് അത് ഒരിക്കലും സാധ്യ വുമല്ല.

ഒരു ഉദാഹരണം കൂടി പ റയാം. ചെറുപ്പം മുതൽ ചോദ്യ ങ്ങൾ ചോദിച്ചും, ഉത്തരങ്ങൾ കണ്ടെത്തിയും, കൊച്ചു കൊച്ചു പ്രവർത്തനങ്ങൾ ചെയ്തും, കണ്ടുപിടിത്തങ്ങൾ നടത്തിയും ശാസ്ത്രം രസിച്ചു വളരുന്ന ഒരു കുട്ടിക്ക് ശാസ്ത്രപഠനം സ്വാഭാ വികമായ ഒരു പ്രക്രിയയായി തോന്നും. ശാസ്ത്രത്തിലെ ആശയങ്ങളും യുക്തിചിന്തക ളും പഠന പ്രവർത്തനങ്ങളും ആസ്വദിക്കാനാകും. അവർ സ്വാഭാവികമായും ശാസ്ത്രരംഗ ത്ത് മിടുക്കരുമാകും.

ഏതു വിഷയങ്ങളുടെ കാര്യത്തിലും ഇതു ശരിതന്നെ. പഠി
ക്കുന്നത് പരീക്ഷയ്ക്കു വേണ്ടിയല്ല. നമുക്ക് വേണ്ടിയാണ്. നമുക്ക്
രസിക്കാനാണ്. രസിച്ചു പഠിക്കുമ്പോൾ പഠനം വിരസമായി തോ
ന്നുകയില്ല. മറിച്ച് ആവേശകരമാകും.

ഇങ്ങനെ രസിച്ച് പഠിച്ച് പരിശീലിക്കുക. എന്തും രസകരമാണ്.
രസിക്കാനുള്ള മനോഭാവമുണ്ടാകണം. മനസുണ്ടാകണം. അതോടെ
പഠനം മനോഹരമായ ഒരു അനുഭവം തന്നെയാകും. എല്ലാ കൂട്ടു
കാരും ആ മനോഹരമായ അനുഭവത്തിനായി പഠിക്കൂ.

9

പരീക്ഷപ്പേടി

പ്രിയപ്പെട്ട കുന്നിമണികളേ, കാന്താരികളേ,

മാമന് കത്തെഴുതിയവർക്കും എഴുതാൻ പോകുന്നവർക്കും എഴുതാൻ മടിച്ചിരിക്കുന്നവർക്കും എല്ലാം പുതുവത്സരം ആശംസിക്കട്ടെ. ഈയിടെ തിരുവനന്തപുരത്തുനിന്നും ഒരു കുഞ്ഞുകാന്താരി എഴുതിയ കത്ത് ഇതാ ഇങ്ങനെ! മാമാ സത്യം പറയണം. മാമനെപ്പോലുള്ള മാഷുമാർക്കും പരീക്ഷയെ പേടിയില്ലേ?

ഒരു പരീക്ഷ എഴുതാൻ പറഞ്ഞാൽ മടിയും വേവലാതിയുമില്ലേ? പിന്നെ ഞങ്ങൾ കൊച്ചുകുട്ടികൾ പരീക്ഷയെ പേടിക്കുന്നതിൽ തെറ്റുണ്ടോ? അത് സ്വാഭാവികമല്ലേ?.. ഒരു വക്കീലിന്റെ വാദം പോലെ അങ്ങനെ പേടിയെ ന്യായീകരിച്ചുകൊണ്ട് ആ കുഞ്ഞുകാന്താരി എഴുത്ത് തുടരുന്നുമുണ്ട്.

മാമൻ കള്ളം പറയുകയില്ല. എന്തിന് കള്ളം പറയണം? എല്ലാ കൂട്ടുകാരും അറിയുക. പരീക്ഷയെ പേടിയുള്ളവർ കുട്ടികളിലും മു തിർന്നവരിലുമുണ്ട്. ടീച്ചർമാരിലും മാഷന്മാരിലുമുണ്ട്. പൊലീസു കാരിലും പട്ടാളക്കാരിലും വരെ കണ്ടേക്കാം. എന്നുവെച്ച് ആ പേടി സ്വാഭാവികമാണ് എന്ന് കരുതരുത്. പേടി അജ്ഞത കൊണ്ടാണ്. അറിവില്ലായ്മകൊണ്ടാണ്. തെറ്റായ ധാരണകളും കാഴ്ചപ്പാടുക ളും കൊണ്ടാണ്. പേടി മാറ്റുകയാണ് വേണ്ടത്. പരീക്ഷയെ ചിരി ച്ചുകൊണ്ട്, ആത്മവിശ്വാസത്തോടെ ധീരമായി നേരിടുകയാണ് വേ ണ്ടത്. അങ്ങനെ നേരിടുന്ന എത്രയോ കുട്ടികളും മുതിർന്നവരു മുണ്ട്.

എന്റെ പുന്നാരക്കുട്ടിക ളെ, അറിയുക. പരീക്ഷ നി ങ്ങളെ ഉപദ്രവിക്കാനുള്ള ഒ രു ശിക്ഷയല്ല. അതൊരു നാ ശം പിടിച്ച ഏർപ്പാടല്ല. നി ങ്ങളുടെ അജ്ഞത അളന്ന് നിങ്ങളെ നാണം കെടുത്താ നുള്ള ശിക്ഷാനടപടിയുമല്ല. മറിച്ച് പരീക്ഷ നിങ്ങളുടെ സു ഹൃത്താണ്. സഹായിയാണ്. നിങ്ങളുടെ ശേഷികളും ശേമുഷികളും കണ്ടെത്താനു 
ള്ള കളിയാണ്. അതിനെ ഭയപ്പെടുകയോ വെറുക്കു കയോ അല്ല വേണ്ടത്. മറിച്ച് അതിനെ മനസിലാ ക്കണം. മനസിലാക്കുമ്പോൾ അതിനെ ഇഷ്ടപ്പെടും. അതുമായി കളിക്കാൻ മടി മാറും. പരീക്ഷയെ ആത്മവിശ്വാസത്തോടെ നേരി ടാനാകും. അങ്ങനെ പലപ്രാവശ്യം പലതരം പരീക്ഷകളുമായി ഇ ടപഴകുമ്പോൾ പിന്നെ എല്ലാ കാന്താരികളും നല്ല ആത്മവിശ്വാസ മുള്ളവരാകും. മിടുക്കരാകും. ലോകത്ത് എവിടെയും പോയി ഏ തുതരം പരീക്ഷയും നേരിടാൻ കഴിവുള്ളവരാകും.

അപ്പോൾ മാമൻ എന്താ പറഞ്ഞുവരുന്നതെന്നോ? പരീക്ഷപ്പേടി സ്വാഭാവികമാണ് എന്ന് വാദിക്കുകയല്ല വേണ്ടതെന്ന്. മറിച്ച് പരീ ക്ഷയെ ഒരു അവസരമായി കാണുകയാണ് വേണ്ടത്. നമ്മുടെ കഴി വുകൾ എത്രയൊക്കെ വളർന്നു എന്നറിയാനുള്ള അവസരം. നമ്മു ടെ കുറവുകൾ എന്തൊക്കെയെന്ന് മനസിലാക്കാനുള്ള അവസരം.

അങ്ങനെ മനസിലാക്കി നമ്മുടെ കഴിവും അറിവും വിരുതും ആത്മവിശ്വാസവും വളർത്താനുള്ള അവസരം. അങ്ങനെ പരീക്ഷയെ കാണുമ്പോൾ അതിനോടുള്ള പേടിയും വെറുപ്പും ഇല്ലാതാകും. പരീക്ഷ ഒരു നല്ല സുഹൃത്തായി, അവസരമായി കണ്ട് അതിനെ നാം പ്രയോജനപ്പെടുത്തും.

എല്ലാ കൂട്ടുകാരും ഒരു കാര്യം കൂടി ഓർക്കണം. ലോകം വളരെ വേഗം വളർന്നുകൊണ്ടിരിക്കുകയാണ്. വളരുന്ന ലോകം അവസരങ്ങളുടെ ലോകമാണ്. പുതിയ അവസരങ്ങൾ. പുതിയ പരീക്ഷണങ്ങൾ. പുതുമയുള്ള തൊഴിലുകൾ. അങ്ങനെയുള്ള ലോകത്താണ് നിങ്ങൾ കുട്ടികൾ ഭാവിയിൽ ജീവിക്കേണ്ടിവരിക. ഏതു പരീക്ഷയേയും ഏതു പരീക്ഷണത്തേയും ഏതു വെല്ലുവിളിയേയും ഏതു സാഹചര്യത്തേയും, നേരിട്ട്, അവസരങ്ങൾക്കൊത്തുയർന്ന്, അവസരങ്ങൾ മുതലെടുത്ത്, ഏതു പുതിയ ടെക്നോളജിയേയും കൈകാര്യം ചെയ്ത്, പുഞ്ചിരിയോടെ, ഉഷാറോടെ മുന്നോട്ടു പോകുന്ന യുവാക്കളായിരിക്കും നാളത്തെ വിജയികൾ. നാളത്തെ ലോകത്തിന്റെ മുൻനിരയിലെത്തി ലോകത്തെ ഭരിക്കുന്നവർ. അത്തരം മിടുക്കരാകാനുള്ള ചുണയാണ് കുട്ടികൾക്കുണ്ടാകേണ്ടത്. ഒരു കൊച്ചു പരീക്ഷയെ കണ്ട് പേടിക്കുന്ന പേടിത്തൊണ്ടന്മാരാണോ നിങ്ങൾ? ഒരു കുന്ന് കണ്ട് പർവതമെന്നു തെറ്റിദ്ധരിച്ച് വേവലാതിപ്പെടുന്നവരാണോ നിങ്ങൾ? ഞാഞ്ഞൂലിനെ കണ്ട് കാളിയനെന്നു കരുതി കരയുന്ന ഭീരുക്കളാണോ നിങ്ങൾ?

അല്ലേയല്ല. ഉണരുക. ധീരരാവുക. ഒരു പരീക്ഷയേയും പേടിക്കില്ലെന്ന് ഉറച്ച് നിശ്ചയിക്കുക. പഠിക്കുക. പഠനപ്രവർത്തനങ്ങളിൽ മുഴുകുക. ശേഷികൾ വളർത്തുക. ശേമുഷികൾ വളർത്തുക. മിടുമിടുക്കരാവുക. അതാകട്ടെ എല്ലാ കാന്താരിക്കുട്ടികളുടെയും വലിയ സ്വപ്നം; ലക്ഷ്യം; മാർഗവും. എന്താ എല്ലാവരും റെഡിയല്ലേ? മാമന് വിവരമെഴുതണേ.

10

ഫോണിൽ വിളിക്കരുതേ!

കൂട്ടുകാരെ കുഞ്ഞു കാന്താരികളേ,

വെളുപ്പിന്, മഞ്ഞിൽ, തണുപ്പിൽ, പുതപ്പിൽ, ചുരുണ്ടു കിടന്ന് സ്വപ്നം കാണാൻ മാമന് വലിയ ഇഷ്ടമാണ്! എല്ലാ കാന്താരിക്കു ട്ടികൾക്കും അങ്ങനെ കിടന്നു മനോരാജ്യം കാണാൻ ഇഷ്ടമാണെ ന്നും മാമനറിയാം. അപ്പോൾ കണ്ണു തുറക്കാൻ തോന്നുകയേ ഇല്ല, അല്ലേ? ഇവിടെ മാമന്റെ അണ്ണാൻകുന്നിലാണെങ്കിൽ അപ്പോൾ വ ലിയ പാട്ടുകച്ചേരി തുടങ്ങിയിരിക്കും. കൊട്ടോർ... കൊട്ടോർ... കൂ കൂ... കീ കീ കീയോ... കാ കാ കാ... ച്യൂയോ ച്യൂയോ... പക്ഷിപ്പാട്ടുകാർ മത്സരിച്ചു പാ ടും. ഇന്നലെ വെളുപ്പിനും കണ്ണടച്ചുകിടന്ന് മാമൻ ആ പാട്ടുകേട്ടു രസിച്ചു. അങ്ങനെ പാ ട്ടിൽ ലയിച്ചു കിടന്നപ്പോൾ ണിം ണിം ണിം! ഫോൺ കിടന്ന് അല റുന്നു. മാമൻ ചാടി ഫോണിന്റെ കഴുത്തിനു പിടിച്ചുപൊക്കി.

അപ്പോഴതാ അകലെ നിന്നു മൊരു നേർത്ത മധുരനാദം. ഒരു കുഞ്ഞുകിളിയുടെ പാട്ടുപോലെ അത് ഫോണിലൂടെ ഒഴുകി മാമന്റെ ചെവിയിലെത്തി: "മാമാ,

ഇത് മാമന്റെ ഒരു കാന്താരിക്കുട്ടി, ആതിര. തളിരിലെ മാമന്റെ ക ത്തുകളൊക്കെ ഞാൻ വായിച്ചു രസിക്കുന്നുണ്ട്. എത്ര പാടുപെട്ടാ ണെന്നോ മാമന്റെ ഫോൺ നമ്പർ തേടിപ്പിടിച്ചത്! രണ്ടുമൂന്ന് ആഴ്ച അതിനു ചെലവാക്കി. ഒത്തിരിപ്പേരെ വിളിച്ചു..." ആതിരക്കുട്ടി അ ങ്ങനെ വിശേഷങ്ങളെല്ലാം പറഞ്ഞു. നേരം വെളുത്തിട്ടും കിടന്നു റങ്ങുന്ന അമ്മയേയും അച്ഛനേയും കളിയാക്കി. ചിരിക്കുന്ന ടീ ച്ചറേയും ചിരിക്കാത്ത ടീച്ചറേയും പറ്റി വരെ രഹസ്യങ്ങൾ മാമനെ പറഞ്ഞുകേൾപ്പിച്ചു.

മാമന് സന്തോഷമായി. ഇന്ന് എത്ര നല്ല ദിവസമാണ്! സുപ്ര ഭാതമോതാൻ ഒരു കൊച്ചു കാന്താരിയുണ്ടായ നല്ല ദിവസമല്ലേ? വർത്തമാനമൊക്കെ കഴിഞ്ഞപ്പോൾ ആ കാന്താരിക്കുട്ടി ചോദിച്ചു: "മാമാ ഞാനിനി ഫോൺ വച്ചോട്ടെ?" അപ്പോൾ മാമൻ ഒരു രഹ സ്യം ചോദിച്ചു:

"കാന്താരിക്കുട്ടീ, കത്തെഴുതാൻ പറഞ്ഞിട്ട് മോളെന്താ ഫോൺ ചെയ്തത്?"

അപ്പോൾ ആ കാന്താരി നാണിച്ച് ഒരു രഹസ്യം പറഞ്ഞു: "മാമാ, ആറാം ക്ലാസിലെത്തിയിട്ടും ഞാനിതുവരെ ഒരു കത്തുപോ ലും ആർക്കും എഴുതിയിട്ടില്ല. എനിക്ക് കത്തെഴുതാനറിയില്ല. പേ ടിയുമാണ്!"

കണ്ണൂരുനിന്നും ഒരു കാന്താരിക്കുട്ടനും രണ്ടു ദിവസങ്ങൾക്കു മുമ്പ് വിളിച്ചിരുന്നു. വിശേഷങ്ങൾ പറയുന്നതിനിടെ ആ കൂട്ടുകാര നും ഒരു രഹസ്യം പറഞ്ഞു: "മാമാ എനിക്ക് കത്തെഴുതാൻ പേടി യാ. ഞാൻ എഴുതുമ്പോൾ തെറ്റുവരും. അപ്പിടി അക്ഷരത്തെറ്റ്. അത് കാണുമ്പോൾ മാമനും എന്നെ കളിയാക്കും. അതാ കത്തെഴുതാൻ മടി."

എന്റെ പുന്നാരപ്പുന്നാരക്കുട്ടികളേ, മാമൻ ഇനി മുതൽ നിങ്ങളെ 'എന്റെ ഫോൺ കുട്ടികളെ' എന്നു വിളിച്ചാലോ എന്ന് ആലോചി ക്കുകയാണ്! 'അയ്യോ എന്നെ ഫോണിൽ വിളിക്കരുതേ' എന്ന് അ പേക്ഷിക്കാനും ആലോചിക്കുകയാണ്! ഫോണിൽ വിളിക്കുന്നത് കേൾക്കാൻ മാമന് ഇഷ്ടമാണ്. എന്റെ കാന്താരികളുടെ ഇമ്പമുള്ള ശബ്ദം കേൾക്കാൻ കഴിയുമല്ലോ എന്നുള്ളതാണ് കാരണം. എ ന്നാൽ ഫോൺവിളി കത്തിന് പകരമാക്കുന്നത് മാമന് ഇഷ്ടമല്ല, ട്ടോ. എന്താ കാരണമെന്നോ? ഒന്നാമതായി ഫോൺവിളി ചെലവേ റിയ കളിയാണ്. അങ്ങനെ കാശു കളയരുത്.

അതിലും പ്രധാനമാണ് ഇനി പറയുന്ന കാര്യം. കൂട്ടുകാർ ക

ത്തെഴുതാൻ പഠിക്കണം. കത്തെഴുത്ത് ഒരു കലയാണ്. കമ്യൂണി
ക്കേഷൻ കല. ആശയവിനിമയത്തിനുള്ള ഒരു മനോഹരമായ മാർഗം.
കൂട്ടുകാർ ആ കഴിവ് വളർത്തണം. എങ്ങനെ വളർത്തണം? കത്തെഴു
തിത്തന്നെ കത്തെഴുതാനുള്ള കഴിവ് വളർത്തണം. കത്തെഴുതാനു
ള്ള മടിയും പേടിയും മാറ്റണം. ആറാം ക്ലാസുവരെയെത്തിയിട്ടും ഒ
രു കത്തുപോലും എഴുതിയിട്ടില്ല എന്നു വരുന്നത് മോശമല്ലേ? അ
മ്പതു പൈസ മാത്രം വിലയുള്ള ഒരു കാർഡ് വാങ്ങാൻ ആർക്കാ
ണ് കഴിയാത്തത്? കൂട്ടുകാർ കുറെ കാർഡുകൾ വാങ്ങിവയ്ക്കുക.
ഇടയ്ക്കിടെ എഴുതുക. എഴുതാവുന്നത്ര എഴുതുക. എഴുതിയെഴു
തി എഴുതാനുള്ള ആത്മവിശ്വാസം നേടുക.

അക്ഷരത്തെറ്റിനെ പേടിച്ച് എഴുതാൻ മടിച്ചിരിക്കരുത്. ആദ്യ
മൊക്കെ അക്ഷരത്തെറ്റുകൾ ഉണ്ടാകും. സാരമില്ല. തെറ്റുകൾ സാവ
ധാനം ഇല്ലാതാകും. ശരിയായി എഴുതാനുള്ള കഴിവുണ്ടാകും. അ
തും എഴുതിയെഴുതി ഉണ്ടാക്കണം.

അതുകൊണ്ട് എല്ലാ സുന്ദരന്മാരും സുന്ദരികളും ഫോൺ താ
ഴെ വയ്ക്കാൻ ശീലിക്കൂ. പേന കൈയിലെടുക്കാൻ ധൈര്യം കാ
ണിക്കൂ. എഴുതൂ. എന്തുമെഴുതൂ. മടിക്കാതെ തുറന്നെഴുതൂ. വീട്ടുവി
ശേഷവും നാട്ടുവിശേഷവുമെഴുതാം. വീട്ടുകാരെപ്പറ്റിയും നാട്ടുകാ
രെപ്പറ്റിയുമെഴുതാം. കണ്ടതും കേട്ടതും വായിച്ചതുമെഴുതാം. സം
ശയങ്ങളെഴുതാം. ആശങ്കകളുമെഴുതാം. മനസിൽ വിരിയുന്ന ആ
ശയങ്ങളും കവിതകളും എഴുതാം. എന്തുമെഴുതാം. എങ്ങനെയുമെ
ഴുതാം. എഴുതിയെഴുതി ഭാഷാശേഷി വളർ
ത്താം. ആശയങ്ങൾ മനോഹരമായും
ശക്തമായും കൃത്യമായും ചിട്ടയായും
പകരാനുള്ള കഴിവ് വളർത്താം. അ
ങ്ങനെ അറിവിന്റെയും വിവര
ത്തിന്റെയും വെള്ളിവെളിച്ച
ത്തിൽ വളരുന്ന പുതിയ ലോക
ത്തിലെ നക്ഷത്രക്കുട്ടികളായി മാറാം.
മിടുമിടുക്കരാകാം. എന്താ എല്ലാ കാ
ന്താരികളും തയാറല്ലേ?

11

എന്റെ വില; നിന്റെ വില; നമ്മുടെ വില

കൂട്ടുകാരെ, കുഞ്ഞു കാന്താരികളേ,

കൂട്ടുകാരുടെ കത്തുകൾ കിട്ടുന്നുണ്ട്. കത്തയച്ച കുന്നിമണിക ളുടെ പുഞ്ചിരി നിറഞ്ഞ മുഖങ്ങൾ മാമൻ ഭാവനയിൽ കാണുന്നുണ്ട്. കത്തയക്കാൻ മടിച്ചിരിക്കുന്നവരുടെ കള്ളച്ചിരിയും മാമൻ കാണു ന്നുണ്ട്. അവരൊക്കെ ഉടൻ മാമനെഴുതും എന്നു മാമനറിയാം; എ ഴുതണേ.

ഒരു കുഞ്ഞു കാന്താരിക്കുട്ടി പല കാര്യങ്ങൾ എഴുതിയതിനിടെ

എഴുതുന്നു: "മാമാ, എനിക്ക് ഉള്ളിലൊരു പേ ടിയുണ്ട്. അത് ഞാൻ പുറമെ കാണിക്കാറില്ല. എന്നാലും കൂട്ടുകാരുടെ ഇടയ്ക്കിരിക്കുമ്പോൾ ഉള്ളിൽ പേടിയുണ്ടാകും. അത് പാമ്പുപോലെ തല പൊക്കും. തീ പോലെ പുകയും. ഞാൻ മറ്റുള്ളവരോളം വരില്ല എന്ന പേടി. എനിക്ക് വലിയ കഴിവുകൾ ഇല്ല എന്ന വിചാരം. ഞാൻ ക്ലാസിൽ അത്ര മോശമൊന്നുമല്ല. പഠന പ്ര വർത്തനങ്ങളൊക്കെ ചെയ്യുന്നുണ്ട്. കുറച്ചു പാ ടും. തമാശകൾ പറയാനുമറിയാം. എന്നാലും എനിക്ക് ഒന്നുമില്ല എന്ന പേടി എന്നെ ഇടയ് ക്കിടെ പുറകോട്ടു വലിക്കുന്നു. ഞാൻ എന്തു ചെയ്യണം?.."

ആ പുന്നാരക്കുട്ടിയുടെ കത്ത് അങ്ങനെ മുന്നോട്ടു പോകുന്നു. എല്ലാ കുട്ടികൾക്കും മുതിർന്നവർക്കും ചിലപ്പോഴൊക്കെ ഇങ്ങനെ തോന്നും. മറ്റുള്ളവർക്ക് എന്നേക്കാൾ കഴിവുണ്ട് എന്നു തോന്നും. ഉള്ളിൽ പേടി പുകയും. അത് തലപൊക്കി പേടിപ്പിക്കും. അങ്ങനെ പേടിയും ആത്മവിശ്വാസക്കുറവുംകൊണ്ടു വിഷമിക്കുന്ന എല്ലാ കാന്താരിക്കുട്ടികൾക്കും വേണ്ടി മാമൻ ഒരു പഴങ്കഥ പറയാം.

ഒരിക്കൽ ഒരു ആശ്രമത്തിൽ ഒരു ശിഷ്യനുണ്ടായിരുന്നു. ആശ്ര മത്തിലെ ഗുരുവായ മഹർഷിയുടെ പല ശിഷ്യന്മാരിലൊരാളായി രുന്നു അയാൾ. അനേകകാലം ആ ശിഷ്യന്മാർ ആശ്രമത്തിൽ താ മസിച്ചു പഠിച്ചു മിടുക്കരായി. അവരുടെ ഗുരുകുലവാസം അവസാ നിച്ചു. എല്ലാവരും ഗുരുവിന്റെ അനുഗ്രഹം വാങ്ങി പിരിഞ്ഞുപോ കുന്ന കാലമായിരുന്നു അത്. എന്നാൽ നേരത്തെ പറഞ്ഞ ശിഷ്യ നുണ്ടല്ലോ; അയാൾക്ക് പിരിഞ്ഞുപോകാൻ ധൈര്യം വന്നില്ല. എ ല്ലാവരും പോകുംവരെ അയാൾ കാത്തുനിന്നു. എന്നിട്ട് ഗുരുവിന്റെ അടുത്തുചെന്നു. അതുവരെ ആരോടും പറയാതെ ഉള്ളിൽ കൊ

ണ്ടുനടന്ന പേടിയും ദുഃഖവും വേവ ലാതിയും ഗുരുവിന്റെ മുന്നിൽ പ്ര കടിപ്പിച്ചു. "ഗുരോ എനിക്ക് ഈ ആശ്രമം വിട്ടുപോകാൻ ധൈര്യം തോന്നുന്നില്ല. എനിക്ക് ഉള്ളി ലൊരു പേടിയാണ്. എനിക്കൊ ന്നുമില്ല എന്ന തോന്നൽ. സൗന്ദര്യമില്ല. പണമില്ല, ആരോ ഗ്യമില്ല, കഴിവില്ല, പാണ്ഡിത്യ മില്ല, ഒന്നുമില്ല. അതൊരു വലിയ പേടിയായി എന്നെ തളർത്തുന്നു."

ഗുരു അത്ഭുതത്തോടെ ശി ഷ്യനെ നോക്കി. എന്നിട്ട് പറ ഞ്ഞു. "ആഹാ നിനക്ക് ഒന്നുമി ല്ലേ. ഞാൻ അത് ഇപ്പോളാണറി യുന്നത്. ആട്ടെ, നിന്റെ മുഖത്ത് രണ്ടു കണ്ണുണ്ടല്ലോ. ഒരു വില യുമില്ലാത്ത അവ രണ്ടും പിഴുത് എനിക്ക് തന്നിട്ട് പോകൂ."

ഗുരുവിന്റെ അപ്രതീക്ഷിതമായ ആവശ്യം കേട്ട് ശിഷ്യൻ ഞെ ട്ടി. ചോദിക്കുന്നത് ഗുരുവാണ് എന്ന കാര്യംപോലും മറന്ന് വാശി യോടെ മറുപടി പറഞ്ഞു.

"എന്റെ രണ്ടു കണ്ണുകളും പിഴുതു തരാനോ! ഇല്ലില്ല. പത്തു കോടി പണം തന്നാലും ഞാൻ അത് തരില്ല. അത്ര വിലയുണ്ട് എ ന്റെ കണ്ണുകൾക്ക്. അവയല്ലേ എനിക്ക് കാഴ്ച തന്നുകൊണ്ടിരിക്കു ന്നത്!"

ഗുരു പൊട്ടിച്ചിരിച്ചുകൊണ്ട് പറഞ്ഞു. "അപ്പോൾ തനിക്ക് ഒരു വിലയുമില്ല എന്നു പറഞ്ഞ് വിലപിച്ചതെന്തിനാണ്? നിന്റെ കണ്ണു കൾക്കുതന്നെ കോടികളുണ്ട് വില. നിന്നെ എല്ലായിടവും എത്തി ക്കുന്ന കാലുകൾക്ക് എന്തുണ്ടാകണം വില? നിന്റെ എല്ലാ പണിക ളും നടത്തുന്ന കൈകൾക്കോ? നിനക്ക് ചിന്തയും സ്വപ്നവും കവി തയും ആശയും എല്ലാ സമ്മാനിക്കുന്ന നിന്റെ തലച്ചോറിന് എന്തു വിലയുണ്ട്? അപ്പോൾ നിനക്ക് ആകെക്കൂടി എത്ര വലിയ വിലയു ണ്ട്? നിന്റെ അനന്തമായ കഴിവുകളുടെ വില സ്വപ്നം കാണാൻ പോലും കഴിയുമോ?"

ശിഷ്യൻ ഗുരുവിന്റെ വചനങ്ങൾ കേട്ട് തരിച്ചുനിന്നു. അവന്റെ കണ്ണുകളിൽനിന്ന് സന്തോഷത്തിന്റെയും സംതൃപ്തിയുടെയും ആ ത്മവിശ്വാസത്തിന്റെയും നീർമണികൾ ഉതിർന്നുവീണു.

ഗുരു ശിഷ്യനെ ആശ്ലേഷിച്ചുകൊണ്ടു പറഞ്ഞു. "നിനക്ക് ഒന്നു മില്ല എന്നല്ല ചിന്തിക്കേണ്ടത്. എല്ലാമുണ്ട് എന്നതാകണം ചിന്ത. പുഞ്ചിരിയോടെ, ആത്മവിശ്വാസത്തോടെ പോകൂ. പുറത്ത് വലി യ ഒരു ലോകം നിന്നെ കാത്തിരിക്കുന്നു. അനന്തമായ അവസര ങ്ങളുടെ, ആവേശകരമായ അനുഭവങ്ങളുടെ, ആഹ്ലാദങ്ങളുടെ, ഒരു ലോകം. അവിടെ ജീവിച്ചു പഠിക്കൂ. അനുഭവിച്ചു പഠിക്കൂ. വിജയി ക്കൂ. അങ്ങനെ നിനക്ക് എല്ലാമുണ്ട് എന്ന് സ്വയം കണ്ടെത്തൂ..."

പ്രിയപ്പെട്ട കുഞ്ഞു കാന്താരികളെ, നിങ്ങൾക്കും എല്ലാമുണ്ട്. അത് നേടാനാണ് ജീവിതം. എനിക്കൊന്നുമില്ല എന്ന വിചാരം ഉ ള്ളിൽനിന്നും പുറന്തള്ളുവിൻ. ഉഷാറായി കളിച്ചും ചിരിച്ചും പഠി ച്ചും മിടുക്കരാകുവിൻ.

12

കയറൂ ആ മാന്ത്രികലോകത്തിലേക്ക്!

മാമന്റെ പുന്നാരക്കുട്ടികളേ,

എല്ലാ കാന്താരികളും ചിരിക്കുടുക്കകളും അവധിക്കാലം ആഘോഷിക്കുന്ന തിരക്കിലായിരിക്കുമല്ലോ. അവധിക്കാലമായ പ്പോൾ കുറെയേറെ കൂട്ടുകാർ മാമന് കത്തെഴുതി. അത് ഏതായാലും നന്നായി.

"മാമാ, അവധിക്കാലത്ത് രസിച്ചു ചെയ്യാവുന്ന കുറച്ചു പ്രവർത്തനങ്ങൾ പറഞ്ഞുതരാമോ? പണച്ചിലവ് അധികം വ രാത്ത വിദ്യകളേ പറയാവൂ." ഒരു കുഞ്ഞു കാന്താരിയുടെ കത്താണ്.

"മാമാ, വീടിനടുത്ത് കാണാൻ കൊള്ള വുന്ന ഏതൊക്കെ സ്ഥലങ്ങൾ ഉണ്ടാകാം? അവ എങ്ങനെ കണ്ടെത്തും? അവിടേക്ക് യാത്ര പോകുന്നതല്ലേ നല്ലത്?" മറ്റൊരു മിടുക്കന്റെ ചോദ്യങ്ങൾ അങ്ങനെ പോ കുന്നു.

കത്തുകൾ വായിച്ചു കഴിഞ്ഞപ്പോൾ മാമനൊരു അത്ഭുതലോകത്തെപ്പറ്റിയാണ് ഓർത്തത്. ഒരു ചെലവുമില്ലാതെ സന്ദർ ശിക്കാവുന്ന ഒരു അത്ഭുതലോകം!

അവിടെ എത്തിയാൽ അനേകം കാഴ്ചകൾ കാണാം. അനേ
കം പ്രവർത്തനങ്ങളിലേർപ്പെടാം. അനേകം തമാശകൾ ഒപ്പിക്കാം.
നല്ല നല്ല പ്രോജക്ടുകൾ ചെയ്യാം. എല്ലാം കഴിഞ്ഞാലോ നല്ല കുശാ
ലായി ഇഷ്ടവിഭവങ്ങൾ ശാപ്പിടാം! ഹായ്! എത്ര നല്ല അത്ഭുതസു
ന്ദര ലോകം! ആ ലോകം നന്നായി സന്ദർശിച്ചാൽ പിന്നെ നിങ്ങൾ
ഇടയ്ക്കിടെ അവിടെ പോകാതിരിക്കുകയുമില്ല.

ഏതാ മാമാ, ആ അത്ഭുത സുന്ദരലോകം? എല്ലാ കാന്താരിക
ളുടെയും നാക്കിൽ ഇപ്പോൾ ആ ചോദ്യമിരുന്ന് പുറത്തേക്കു ചാ
ടാൻ വെമ്പുകയാണ്; അല്ലേ? പറയാം, പറയാം, കേട്ടോളൂ. ആലീ
സ് കണ്ട അത്ഭുതലോകത്തിലും വലിയ ആ ലോകം നിങ്ങൾക്ക്
നാലു നിമിഷങ്ങൾ കൊണ്ട് സന്ദർശിക്കാം. അത്ര അടുത്താണ്.
നിങ്ങളുടെ വീട്ടിൽ തന്നെയാണ്. അതൊരു അനന്തസാധ്യതയു
ള്ള അത്ഭുത സുന്ദരലോകമാണ് എന്ന് കാന്താരികൾ ഇതുവരെ
അറിഞ്ഞിരുന്നില്ല എന്ന് മാത്രം.

മാമാ, ഇനിയെങ്കിലും അത് ഏതു ലോകമാണ് എന്നൊന്നു പ
റയൂ എന്നു പറയുന്നവരെ മാമൻ ഭാവനയിൽ കാണുന്നുണ്ട്. എ
ന്നാൽ കേട്ടോളൂ. ആ അത്ഭുതലോകമാണ് അടുക്കള! നിങ്ങളുടെ
വീട്ടിലെ അടുക്കളതന്നെ. ഓ ഇതാണോ ഇത്ര വലിയ കാര്യമായി
മാമൻ അവതരിപ്പിച്ച് ഞങ്ങളെ ഫൂലു കളിപ്പിച്ചത് എന്നാണോ നി
ങ്ങളുടെ ഭാവം? എങ്കിൽ തെറ്റി. അടുക്കള അനന്തസാധ്യതകൾ
ഉള്ള ഒരു അത്ഭുത ലോകം തന്നെയാണ്. അവധിക്കാലത്ത് സന്ദർ
ശിക്കേണ്ട ഒരു മാന്ത്രികലോകം. ശരിയായി അടുക്കള സന്ദർശി
ച്ചാൽ നിങ്ങളുടെ കഴിവുകൾ വളരും. അപ്പോഴേ നിങ്ങളിലെ ശാസ്
ത്രജ്ഞൻ വളരൂ.

ഒന്നാന്തരം ഒരു പരീക്ഷണശാലയാണ് അടുക്കള. അവിടെ
എന്തൊക്കെ സാധനങ്ങൾ ഉണ്ട്? വസ്തുക്കൾ ഉണ്ട്? ശാസ്ത്രബോ
ധമുള്ള ഒരു അമ്മ (അഥവാ അച്ഛനോ അമ്മൂമ്മയോ) ആണ്
അടുക്കളയുടെ പ്രധാനമന്ത്രി എങ്കിൽ ആ അടുക്കളയിൽ നല്ല ചിട്ട
കാണും. എല്ലാം ശരിയായി അടുക്കി വച്ചിരിക്കും. പഞ്ചസാര ഇരി
ക്കേണ്ടിടത്തേ പഞ്ചസാര ഇരിക്കൂ. അതിനടുത്തു കൊണ്ടുപോയി
ഉപ്പുവയ്ക്കുകയില്ല. ഉപ്പിനടുത്ത് എലിവിഷപ്പാക്കറ്റും വയ്ക്കുകയില്ല!
അടുക്കളയിലെ വസ്തുക്കൾ നിരീക്ഷിച്ച് അവയുടെ ഓരോ
ന്നിന്റെയും ഉപയോഗങ്ങളും ദുരുപയോഗങ്ങളും മാത്രം പഠിച്ചാൽ
ഒന്നാന്തരമൊരു പഠന പ്രോജക്ടാകും. അടുത്തവർഷം അത് അ
വതരിപ്പിച്ച് ടീച്ചറുടെ അഭിനന്ദനം വാങ്ങാം. തുടർമൂല്യനിർണയ

ത്തിൽ നല്ല ഗ്രേഡും ഉറപ്പാക്കാം. അതിരിക്കട്ടെ; മാമൻ ഇപ്പോൾ പ്രോജക്ടു പ്രശ്നത്തിലേക്കു കടക്കുന്നില്ല.

അടുക്കളയിൽ കയറി ഒരു നല്ല വിഭവം കൃത്യമായി ഉണ്ടാക്കുന്ന ഒരു പ്രവർത്തനം ഏറ്റെടുത്താൽ തന്നെ അത് എത്ര ആവേശകരമായിരിക്കുമെന്നോ! നിങ്ങളുടെ ഇഷ്ടവിഭവം മതി. ഐസ്ക്രീമോ, കേക്കോ, പുഡിങ്ങോ, ജിലേബിയോ, മിക്സ്ചറോ ആകാം. മാമന്റെ ഇഷ്ടവിഭവമായ ഇഡ്ഡലിയോ കൊഴുക്കട്ടയോ അരിയുണ്ടയോ ആകാം. ചക്കയടയോ ചേമ്പിലപ്പലഹാരമൊ ആകാം. ഉശിരൻ ബിരിയാണിയോ നെയ്ച്ചോറോ ആകട്ടെ. പാലടപ്രഥമനോ ശർക്കര ഉപ്പേരിയോ ആകാം. മീൻപ്രേമികൾക്ക് മീൻകറിയോ മീൻ റോസ്റ്റോ മീൻകട്ലറ്റോ മീമ്പീരയോ ആകാം. നല്ല സാലഡോ പിസായോ ആയാലും മതി. എത്രയെത്ര വൈവിധ്യമുള്ള വിഭവങ്ങൾ ഉണ്ട്. അതിലേതെങ്കിലും ഒന്നുമതി.

അതെ; അത് ഉണ്ടാക്കുന്നത് ഒരു പ്രോജക്ടറായി എടുക്കുക. ചിട്ടയായി, ശാസ്ത്രീയമായി, ഏറ്റവും നന്നായി, അത് ഉണ്ടാക്കുക. ആ പ്രോജക്ട് വിജയിപ്പിച്ചാൽ ഉണ്ടാകാൻ പോകുന്ന ആത്മവിശ്വാസവും ആഹ്ലാദവും അഭിമാനവും അനുഭവിച്ചറിയണം. അറിയുക: ഇന്ന് ഒരു നല്ല വിഭവം ഉണ്ടാക്കാൻ പഠിച്ചാൽ നാളെ നിങ്ങൾ നല്ല ഒരു പ്രോജക്ട് മാനേജരാകും. നല്ല എൻജിനീയറോ ശാസ്ത്രജ്ഞനോ ആകും. കണ്ടുപിടുത്തക്കാരിയായി എന്നും വരാം. ഒരു പ്രവൃത്തി പ്ലാൻ ചെയ്യാനും കിറുകൃത്യമായി നടത്താനുമുള്ള കഴിവാണ് ആ പ്രവർത്തനങ്ങളിലൂടെ നിങ്ങൾ നേടിക്കഴിയുന്നത്.

അതെ; അടുക്കള ഒരു പരീക്ഷണശാലയാണ്. ഒരു അത്ഭുത ലോകമാണ്. വൈവിധ്യമുള്ള വിഭവങ്ങൾ നിർമിക്കുന്ന ഗവേഷണ ശാല. മിടുക്കരായ പ്രോജക്ട് എനജിനീയർമാരെ വാർത്തെടുക്കാൻ കഴിയുന്ന അത്ഭുത മാന്ത്രിക ലോകം!

കണ്ടോ, അടുക്കളയേയും കാണേണ്ടതുപോലെ കണ്ടാൽ അതൊരു വലിയ ലോകമാകും. ഒരു വിനോദയാത്രാ കേന്ദ്രം. ഒരു തീർഥാടന കേന്ദ്രം. ഒരു പരിശീലനകേന്ദ്രം. അടുക്കളയോട് ഇപ്പോൾ ബഹുമാനം തോന്നുന്നില്ലേ? അടുക്കള ഭരിക്കുന്നയാളിനോടും തോന്നുന്നില്ലേ ഒരു സ്നേഹം?

എങ്കിൽ ഇനി സമയം കളയേണ്ട. എല്ലാ ആൺ, പെൺ കാന്താരികളും വരൂ. കയറൂ അടുക്കളയിലേക്ക്. സൃഷ്ടിക്കൂ ഒരു അടിപൊളി ഐറ്റം! ഒരു കൊതിയൂറും വിഭവം! അങ്ങനെ വളരൂ, ഒരു വലിയ സംവിധായകനോ, പ്രോജക്ട് വിദഗ്ദ്ധനോ, കലാകാരിയോ ഒക്കെയായി! അടുക്കളയനുഭവം മാമനെഴുതാനും മറക്കരുതേ.

13

കളിച്ചു കളിച്ചു മിടുക്കരാകാം

പ്രിയപ്പെട്ട കുന്നിമണികളെ, കാന്താരിക്കുട്ടികളെ,

ഒഴിവുകാലം ആഘോഷിക്കുന്നതിനിടയിൽ കുറച്ചു കൂട്ടുകാർ മാമനെഴുതാനും സമയം കണ്ടെത്തി. നന്നായി. കത്തെഴുതിയ കാന്താരികൾക്കും മാമന്റെ അഭിനന്ദനങ്ങൾ! എഴുതാൻ മറന്നവരും മടിച്ചു നില്ക്കുന്നവരും നാളെ മാമനെഴുതും എന്നു സ്വപ്നം കാണുകയാണ് മാമൻ. മാമന്റെ സ്വപ്നം ശരിയാക്കേണ്ട ജോലി നിങ്ങൾക്കുണ്ട്; ട്ടോ.

ഒരു കാന്താരിക്കുട്ടി ഒരു നല്ല കത്ത് അയച്ചു. "മാമാ, കളിച്ചു ര
സിക്കണമെന്നും രസിച്ച് പഠിക്കണമെന്നുമല്ലേ മാമൻ പറയുന്നത്.
എപ്പോഴും കളിച്ചാൽ പിന്നെ കാര്യം പഠിക്കാനെവിടെയാണു സമ
യം? കളിച്ചു കളിച്ച് ഇപ്പോൾ പുസ്തകംകൊണ്ടും കളിക്കണമെ
ന്നാണോ മാമൻ പറയുന്നത്? മാമന്റെ പുസ്തകക്കളികൾ' എന്ന
പുസ്തകത്തിന് സാഹിത്യ അക്കാദമി അവാർഡ് ലഭിച്ചു എന്നറി
ഞ്ഞതുകൊണ്ടാണ് ചോദിക്കുന്നത്..." അങ്ങനെ പോകുന്നു ആ
കത്ത്.

കണ്ടോ കണ്ടോ? കാന്താരിക്കുട്ടികൾ ഒട്ടും മോശമല്ല എന്ന്
മാമൻ പറയാറുള്ളത് എത്ര ശരിയാണ്! കളിക്കണമെന്നു പറയു
ന്നതിനെയും ചോദ്യം ചെയ്യുന്നു! കളി കൂടിയാൽ കുഴപ്പമല്ലേ എ
ന്നാണ് സംശയം. കളി കൂടിയാൽ കാര്യം പഠിക്കാനെവിടെ നേര
മെന്നും ചോദിക്കുന്നു! കളിച്ചു കളിച്ചു പുസ്തകംകൊണ്ടും വേ
ണോ കളി എന്നൊരു നല്ല ചോദ്യം കൂടി തൊടുത്തുവിട്ടിരിക്കുക
യാണ് ആ കാന്താരി.

ചോദ്യം ചോദിക്കുന്നവർ മിടുക്കരാകും. നല്ല ചോദ്യങ്ങൾ ചോ
ദിക്കുന്നവരോ മിടുമിടുക്കരുമാകും. അതിനാൽ നല്ല ചോദ്യങ്ങൾ
ചോദിച്ചു പൊന്നു കാന്താരിക്കുട്ടി മിടുമിടുക്കിയാകാൻ മാമൻ ആശം
സിക്കുന്നു.

ഇനി ചോദ്യങ്ങൾക്ക് ഉത്തരം പറയാം. കളി രസമുള്ള
കർമ്മമാണ്. പ്രവൃത്തിയാണ്. മനുഷ്യക്കുട്ടിയും പൂച്ചക്കുട്ടിയും
നായ്ക്കുട്ടിയുമൊക്കെ കളിച്ചു രസിക്കും. മനുഷ്യക്കുട്ടികൾ മാത്ര
മല്ല മുതിർന്ന മനുഷ്യരും കളിച്ചു രസിക്കുന്നു. അപ്പൂപ്പന്മാർക്കും
അമ്മൂമ്മമാർക്കുംപോലും കളി രസമുള്ള 'കളി' തന്നെ.

അപ്പോൾ കളിച്ചാൽ രസിക്കാം. രസിക്കുമ്പോൾ നാം അതിൽ
ലയിക്കുന്നു. രസിച്ചറിഞ്ഞ, രസിച്ച് അനുഭവിച്ചറിഞ്ഞ കാര്യം പിന്നെ
മറക്കില്ല. രസിക്കുമ്പോഴാണ് ആസ്വദിക്കാനാകുന്നത്. ആസ്വദിച്ചാൽ,
അങ്ങനെ ആഹ്ലാദിച്ചാൽ, ആ കാര്യം മനസിലുറയ്ക്കും. മസ്തിഷ്
കത്തിൽ രേഖപ്പെടുത്തും. അങ്ങനെ അറിഞ്ഞ വിവരം മസ്തിഷ്ക
ത്തിൽ സ്ഥിരമായി റിക്കാർഡ് ചെയ്യും.

ആസ്വദിക്കുന്നത് ഓർത്തുവയ്ക്കാൻ വേണ്ടി മാത്രമല്ല. ആന
ന്ദിച്ച് ആസ്വദിച്ച് ചെയ്യുന്ന പ്രവൃത്തി നമുക്ക് ഇഷ്ടപ്പെടും. അപ്പോൾ
അതിന്റെ എല്ലാ വശങ്ങളും നാം അറിയാതെ മനസിലാക്കും. അ
തെപ്പറ്റി ചിന്തിക്കും. അപ്പോൾ അനായാസം അതെപ്പറ്റി നാം ശരി
യായി പഠിച്ചു പോകും. അതുമായി ബന്ധപ്പെട്ട എല്ലാ ചോദ്യ

ങ്ങൾക്കും ഉത്തരം കാണാനുള്ള കഴിവും നേടും. അതായത് പഠ
നം സമഗ്രമാകും. പൂർണമാകും. പരീക്ഷയ്ക്കു വേണ്ടിയുള്ള പഠി
ച്ചൊപ്പിക്കലൊകില്ല അത്. മറിച്ച് ശരിയായ അറിവു നേടും.

ഇങ്ങനെ പഠിക്കുമ്പോൾ പഠനം ആനന്ദകരമായ ഒരു അനുഭ
വമാകും. ആവേശകരമായ ഒരു അനുഭവം. അങ്ങനെ പഠിക്കുന്നവർ
ക്കേ മൗലികമായ ചിന്തയുണ്ടാകൂ. അങ്ങനെ പഠിക്കുന്നവർക്കേ മ
റ്റാരും ചിന്തിക്കാത്ത കാര്യങ്ങൾ ചിന്തിക്കാനാകൂ. അങ്ങനെ പഠി
ക്കുന്നവർക്കേ പഠിച്ചറിഞ്ഞ അറിവുപയോഗിച്ച് പുതിയ അറിവു
കൾ സൃഷ്ടിക്കാനുമാകൂ. അങ്ങനെ അറിവു സൃഷ്ടിക്കുന്നവരാ
ണ് പ്രതിഭാശാലികളാവുക. ശരിക്കും മിടുമിടുക്കരാവുക.

അപ്പോൾ ഒരു കളിഭാവം, ഒരു ആനന്ദത്തിന്റെ ഭാവം, ഒരു
രസിക്കലിന്റെ ഭാവം, പഠനത്തിലും വേണം. ആ കളിഭാവം മുതിർ
ന്നവർക്കുകൂടി ഉണ്ടാകണം. അത് കാര്യക്കളിയുടെ രസമൂറും ഭാവ
മാണ്. ശരിയായ പഠനത്തിന്റെ ആരോഗ്യകരമായ ഭാവം. മണ്ണപ്പം
ചുട്ടുകളിക്കുന്ന കുട്ടിക്കും കമ്പ്യൂട്ടർ ഉപയോഗിച്ച് പുതിയ പ്രോ
ഗ്രാം കണ്ടെത്തുന്ന എൻജിനീയർക്കും രോഗചികിത്സയ്ക്കായി
പുതിയ ഔഷധം കണ്ടെത്തുന്ന ശാസ്ത്രജ്ഞനും എല്ലാം ഈ ക
ളിഭാവം വേണം. നല്ല ദോശ ചുടുന്നയാൾക്കും നല്ല പാട്ടെഴുതു
ന്നയാൾക്കും നന്നായി നാടു ഭരിക്കാനുള്ള വഴി കണ്ടെത്തുന്നയാൾ

ക്കും ഒക്കെ വേണം ഈ ആനന്ദത്തിന്റെതായ കളിഭാവം. കാര്യ
ക്കളിയുടെ പുഞ്ചിരിയിൽ പൊതിഞ്ഞ ഗൗരവമുള്ള ഭാവം!

കളിഭാവം കൊണ്ടു കാര്യം ഇല്ലാതാകുന്നില്ല. കാര്യം കൂടു
തൽ നന്നായി കൈകാര്യം ചെയ്യുന്നു എന്നേയുള്ളൂ. അപ്പോൾ പു
ന്നാരക്കുട്ടികളേ, എന്തിലും കളി വേണം. കളിഭാവം വേണം. ചിരി
ഭാവം വേണം. ആനന്ദഭാവം വേണം. പുസ്തകം കൈയിലെടുക്കു
മ്പോഴും വേണം ആ ഭാവം; കളിഭാവം.

പുസ്തകങ്ങൾ കൊണ്ടുള്ള കളികൾ അനേകമുണ്ട്. അതെപ്പറ്റി
പുറകെ പറയാം; ട്ടോ.

എല്ലാ കളിക്കുടുക്കകൾക്കും നന്ദി.

14

മാമാ, ഞാൻ എന്തിനു പഠിക്കണം?

കൂട്ടുകാരെ, കുന്നിമണികളെ,

എല്ലാ കാന്താരിക്കുട്ടികൾക്കും സുഖമല്ലേ? സ്കൂൾ തുറന്ന് പഠനം തുടങ്ങിയ കാലമല്ലേ? എല്ലാവരും പഠനത്തിലും പഠനപ്ര വർത്തനങ്ങളിലും മുഴുകിയിരിക്കുകയാണ്, അല്ലേ? നന്നായി.

കൂട്ടുകാർക്ക് കത്തെഴുതാനിരുന്നപ്പോൾ മാമന്റെ മനസിലേക്ക് ഓടിവന്നത് ഒരു കുട്ടിയുടെ മുഖമാണ്. എട്ടിലോ ഒൻപതിലോ പഠിക്കുന്ന ഒരു കുട്ടി. അവൻ എഴുന്നേറ്റുനിന്ന് ഒരു മടിയും കൂ ടാതെ മാമനോട് ചോദിക്കുന്നു.

"മാമാ ഞാൻ എന്തിനു പഠിക്കണം?

പഠിച്ചു പഠിച്ചു ഞാൻ മജിസ്ട്രേറ്റൊന്നു മാകാൻ പോകുന്നില്ല. പഠിച്ചാലും പഠിച്ചില്ലെങ്കി ലും ഞാൻ അവസാനം അച്ഛന്റെ തൊഴിലി ലേക്കു കടക്കും. പിന്നെ പഠിച്ചു കഷ്ട ടപ്പെടുന്നതെന്തി നാണ്?"

അവന്റെ ചോദ്യം കേട്ട് കൂട്ടുകാർ കൈയടിച്ചു. ആൺകുട്ടികളും പെൺകുട്ടികളും ആവേശപൂർവം കൈയടിച്ചു. അവരെല്ലാം ചോ ദിക്കാനാശിച്ച ചോദ്യം. അവരുടെ കൂട്ടുകാരൻ ധൈര്യമായി ചോ ദിച്ചിരിക്കുന്നു. അതായിരുന്നു അവരുടെ ആവേശത്തിനു കാരണം.

തീരദേശത്തെ ഒരു സ്കൂൾ ആയിരുന്നു രംഗം. മാമൻ അവിടെ ഒരു മീറ്റിങ്ങിനു പോയതായിരുന്നു. എങ്ങനെ പഠിക്കണമെന്നു പറ യുകയായിരുന്നു മാമൻ. ഇടയ്ക്കു സംശയങ്ങൾ ചോദിക്കാൻ സ മയം കൊടുത്തതാണ്. അപ്പോഴായിരുന്നു ആ കാന്താരിക്കുട്ടന്റെ ധീരമായ ചോദ്യം.

സ്റ്റേജിൽ മാമന്റെ അടുത്തിരുന്ന സ്കൂൾ ഹെഡ്മിസ്ട്രസ് അ പ്പോൾ മാമനോടു പറഞ്ഞു. "ഈ സ്കൂളിലെ കുട്ടികളെല്ലാം ചോ ദിക്കുന്ന ചോദ്യമാണ് സാർ ഇത്. പരമ്പരാഗത മത്സ്യത്തൊഴിലാ ളികളുടെ കുട്ടികളാണിവർ. ഹൈസ്കൂൾ ക്ലാസിലെത്തുമ്പോൾ മു തൽ അവർ ജോലിക്കു പോകും. കടലിൽ പോകാൻ പ്രായമാകാ ത്തവർ കരയിൽ പണിക്കു പോകും. മത്സ്യവ്യവസായവുമായി ബ ന്ധപ്പെട്ട ചെറിയ ജോലികൾ ചെയ്യും. കൈയിൽ കാശു കിട്ടുന്നതൊ ടെ പഠിക്കാനുള്ള താൽപ്പര്യവും കുറയും. പെൺകുട്ടികളുടെ കാ ര്യവും അങ്ങനെ തന്നെ."

ഞാൻ എന്തിനു പഠിക്കണം? ആ സ്കൂളിലെ കുട്ടികളുടെ യെല്ലാം മനസിൽ ഉയരുന്ന ചോദ്യം. ഒരു സാധാ രണ തൊഴിൽ ചെയ്യാൻ മാത്രം വിധി ക്കപ്പെട്ടവരെന്തിനു പഠിക്കണം?

അന്ന് ആ സ്കൂളിലെ കുട്ടിക ളോടു പറഞ്ഞ കാര്യം ഇന്ന് മാമൻ എ ല്ലാവരോടുമായി പറയട്ടെ. പഠനം ഒ രു ജോലിക്കുള്ള പരിശീലനം മാത്ര മല്ല. അതും പഠനത്തിന്റെ ഭാഗമാണ് എന്നേയുള്ളൂ. എല്ലാ കുട്ടികളും പഠി ക്കണം. പഠനമാണ് മനുഷ്യക്കുട്ടിയെ മനുഷ്യനാക്കി വളർത്തുന്നത്. പൂച്ചക്കു ട്ടിയും നായ്ക്കുട്ടിയും ആനക്കുട്ടിയു മൊന്നും സ്കൂളിൽ പോകുന്നില്ല. അവ യൊക്കെ ജീവിക്കാനുള്ള വിരുതുകൾ താനെ പഠിക്കുന്നു എന്നേയുള്ളൂ. മ നുഷ്യക്കുട്ടിയും അങ്ങനെ ജീവിച്ചാൽ

മറ്റൊരു സാധാരണ ജന്തുവായി ജീവിക്കുകയേ ഉള്ളൂ. മറിച്ച് പഠന മാണ് മനുഷ്യമനസിനെ വികസിപ്പിക്കുന്നത്. മനുഷ്യന്റെ കാഴ്ച പ്പാട് വികസിപ്പിക്കുന്നത്. മനുഷ്യനെ വിശ്വമാനവനാക്കുന്നത്!

അങ്ങനെ പഠിച്ച് മനസിന്റെ ചക്രവാളം വികസ്വരമാക്കുന്നവ നെ നന്നായി ജീവിക്കാനുള്ള കഴിവുണ്ടാകൂ. മീൻപിടിത്തക്കാരനും കല്ലുവെട്ടുകാരനും ചുമട്ടുതൊഴിലാളിയും പാട്ടുകാരിയും വീട്ടുജോ ലിക്കാരിയും മന്ത്രിയും സമുദായ നേതാവും പാർട്ടി പ്രവർത്തക നും എല്ലാം പഠിച്ചേ തീരൂ. അറിവു നേടിയേ തീരൂ. അറിവാണ് ശക്തി. അറിവാണ് ജീവിതവിജയത്തിന്റെ അടിത്തറ. അറിവിലൂടെ യാണ് വളർച്ച. സാധാരണ തൊഴിലാളിയെ, കഴിവുള്ള, വിരുതുള്ള, ഭാവനയുള്ള, ശാസ്ത്രബോധമുള്ള, അവകാശബോധമുള്ള, ഒരു വി ദഗ്ദ്ധതൊഴിലാളിയാക്കുന്നത് അറിവാണ്; വിദ്യാഭ്യാസമാണ്; വി ദ്യാഭ്യാസത്തിലൂടെ കൈവരുന്ന ആത്മവിശ്വാസവും വിവേകവുമാ ണ്. നന്നായി എന്തു തൊഴിലും ചെയ്യാനും, ചെയ്യുന്ന ജോലിക്ക് അർഹമായ പ്രതിഫലം വാങ്ങാനും, വാങ്ങുന്ന പ്രതിഫലം ഭാവന യോടെയും പ്ലാനിങ്ങോടെയും ചെലവാക്കാനും, സൂക്ഷിച്ചുവയ്ക്കാ നും വിദ്യാഭ്യാസം വേണം. നന്നായി ജീവിക്കാൻ വിദ്യാഭ്യാസം വേ ണം. നന്നായി കുടുംബം പുലർത്താനും ജീവിതത്തിൽ വിജയി ക്കാനും പഠിക്കുകതന്നെ വേണം.

അതെ; എല്ലാവരും പഠിക്കണം. പാവപ്പെട്ടവർ കൂടുതൽ ഉഷാ റോടെ പഠിക്കണം. കാരണം, പഠനത്തിലൂടെ ദാരിദ്ര്യവും മാറും. 'പട്ടിണിയായ മനുഷ്യാ, നീ പുസ്തകം കൈയിലെടുത്തോളൂ, പുത്തനൊരായുധമാണ് നിനക്കത്' എന്ന് മഹാനായ ബ്രെഹ്ത് പാ ടിയതിന്റെ അർഥം എല്ലാ കാന്താരിക്കുട്ടികൾക്കും മനസിലായല്ലോ?

15

കറന്റ് കട്ടിന് സ്തുതി!

കൂട്ടുകാരെ, കുന്നിമണികളെ,

എന്താ എല്ലാവരും വലിയ തിരക്കിലാണോ? സ്കൂൾ തുറ ന്നതിന്റെ തിരക്കാണോ? അതാണോ മാമന് കത്തെഴുതാൻ പലരും മറന്നത്? ഒരു കാർഡ് വാങ്ങി ഒരു കത്തെഴുതാൻ അധികം നേ രവും വേണ്ടാ, പണവും വേണ്ട, പിന്നെ വേണ്ടതെന്താണ്? കത്തെഴു താനുള്ള മനോഭാവം. ആഗ്രഹം. ആവേശം. കൂട്ടുകാരെ, കത്തെഴു തിയാലേ കത്തെഴുതുന്നതിന്റെ രസമറിയൂ; ആവേശം അറിയൂ. അ തിനാൽ എല്ലാ കാന്താരികളും കത്തെഴുതാൻ ഇനിയും മടിക്കരു തേ. നിങ്ങൾക്ക് എന്തുമെഴുതാം. എന്തും ചോദിക്കാം. അറിയിക്കാം. അങ്ങനെ എഴുതിയെഴുതി ആശയവിനിമയശേഷിയും വളർത്താം.

ഇനി മാമൻ ഒരു കഥ പറയാം. മാമൻ ഈയിടെ ഒരു വീട്ടിൽ പോയി. നാട്ടിൻപുറത്തെ ഒരു വീടായിരുന്നു അത്. അൽപ്പം വലിയ വീട്. അങ്ങോട്ടുള്ള വഴിയിൽ അത്തരം പല വീടുകൾ ഉണ്ടായിരു ന്നു. മാമൻ ആ വഴി പോയത് സന്ധ്യ കഴിഞ്ഞായിരുന്നു. ചുറ്റും ഇ രുട്ടു പരന്നിരുന്നു. എന്നാൽ ഇരുട്ടിലും ആ ഗ്രാമത്തിലെ വീടുകൾ വെളിച്ചം പരത്തിയിരുന്നു. മിക്ക വീടുകളുടെയും നാലു വശങ്ങളി ലും ശക്തിയേറിയ വൈദ്യുത വിളക്കുകൾ തെളിഞ്ഞിരുന്നു. ചില വീടുകളുടെ ഗേറ്റിന്റെ തൂണുകളിലുമുണ്ടായിരുന്നു പ്രകാശം ചൊ രിയുന്ന ഇലക്ട്രിക് ലൈറ്റുകൾ. മാമൻ പോയ വീട്ടിലും ഇങ്ങനെ വിളക്കുകൾ കത്തുന്നുണ്ടായിരുന്നു. മാമൻ വീട്ടിനുള്ളിൽ കയറി.

ഒരു മുറിയിൽ ടി വി പ്രവർത്തിക്കുന്നു. ടി വിക്കു മുന്നിൽ ആൾ ഇല്ലാത്തപ്പോഴും ടി വി പ്രവർത്തിച്ചുകൊണ്ടിരിക്കുന്നു. വീടിന്റെ എല്ലാ മുറികളിലും ലൈറ്റിട്ടിട്ടുണ്ട്.

"ഇതെന്താ ഇങ്ങനെ എല്ലാ മുറിയിലും ലൈറ്റിട്ടിരിക്കുന്നത്?" മാമൻ ആ വീട്ടിലെ കുട്ടിയോടു ചോദിച്ചു. കുട്ടി വെറുതെ ചിരിച്ചുനിന്നത് മിച്ചം. അതെന്താ ഇത്ര ചോദിക്കാൻ എന്ന മട്ട്. "ഇപ്പോഴത്തെ കുട്ടികളല്ലേ മാഷേ അവർ ലൈറ്റിട്ടാൽ കെടുത്തുന്ന സ്വഭാവക്കാരല്ല" വീട്ടിലെ അമ്മൂമ്മ മാമനോട് ഒരു പരാതിയും പറഞ്ഞു.

മാമൻ തിരിച്ചു പോരുമ്പോഴും ആ ഗ്രാമത്തിലെ വീടുകളെല്ലാം വെളിച്ചത്തിൽ കുളിച്ചുനിന്നിരുന്നു. ഇതിലും കഷ്ടമാണ് പട്ടണങ്ങളിലെ അവസ്ഥ എന്ന് മാമനറിയാം. അവിടെ തെരുവുകളും ഹൗസിങ് കോളനികളും രാത്രി മുഴുവൻ വെളിച്ചത്തിൽ കുളിച്ചാണ് നിൽപ്പ്.

ഇതേപ്പറ്റി ഒന്ന് എഴുതണം എന്ന് കരുതിയിരുന്നപ്പോഴാണ് കേരളത്തിൽ കറന്റ് കട്ട് പ്രഖ്യാപിച്ചത്. മൺസൂൺ മഴ താമസിച്ചു. വൈദ്യുതിയുടെ ക്ഷാമവും വന്നു. കറന്റ് കട്ടും തുടങ്ങി. അങ്ങനെ മാമന്റെ വീട്ടിലും ഒരു നാൾ കറന്റ് പോയി. മാമൻ ഇരുട്ടിലിരുന്നു. ചുറ്റുപാടും നിന്ന് ഒരു ഒച്ചയുമില്ല. അടുത്ത വീട്ടിലെ ടി വി അലറുന്നില്ല. റേഡിയോ അമറുന്നില്ല. മിക്സി മോങ്ങുന്നില്ല. അടുത്തുള്ള മൈതാനത്തുനിന്നും കോളാമ്പിയിലൂടെ ഒഴുകുന്ന പാട്ടുമില്ല. എങ്ങും ഇരുട്ട്. നിശ്ശബ്ദത. അങ്ങനെ ഇരുട്ടിൽ, നിശ്ശബ്ദതയിലിരുന്നപ്പോൾ മാമന് വലിയ സന്തോഷം തോന്നി. കറന്റ് കട്ടിന് സ്തുതി! കുറെ സമയമെങ്കിലും നമ്മുടെ നാട്ടിൽ വൈദ്യുതിയുടെ ദുരു

പയോഗം നിലയ്ക്കുമല്ലോ. ഒച്ചയും ബഹളവും ഇല്ലാതാകുമല്ലോ. കുറെ നേരമെങ്കിലും നമുക്ക് ഇരുട്ടിലിരിക്കാം. മാമൻ അങ്ങനെ യൊക്കെ ചിന്തിച്ചിരുന്നു.

പെട്ടെന്ന് കറന്റ് വന്നു. ലൈറ്റ് വന്നു. വെളിച്ചം വന്നു. അമ്പോ! ആ വെളിച്ചത്തിനെന്തൊരു വെളിച്ചം! മാമന്റെ കണ്ണ് വല്ലാതായി. ഇ രുട്ടിലിരുന്നാലേ വെളിച്ചത്തിന്റെ തെളിച്ചമറിയൂ. വെളിച്ചത്തിന്റെ വി ലയറിയൂ. കറന്റ് കട്ട് ഉണ്ടായാലേ കറന്റിന്റെ വിലയുമറിയൂ.

കൂട്ടുകാരെ, കറന്റ് കട്ടിന്റെ നേരത്തെങ്കിലും നിങ്ങൾ കറന്റിനെ പ്പറ്റി ഓർക്കണേ. വൈദ്യുതിയുടെ വിലയെപ്പറ്റി ചിന്തിക്കണേ. വൈ ദ്യുതി ദുരുപയോഗപ്പെടുത്തരുതെന്ന് ഓർക്കണേ. വളരെ വിലയു ള്ള ഉൽപ്പന്നമാണ് വൈദ്യുതി, വൈദ്യുതി എന്ന ഊർജം. അത് ഏ റ്റവും കുറച്ച് ഉപയോഗിക്കുന്ന സംസ്കാരം ചെറുപ്പം മുതൽ വളർ ത്തണം. നിങ്ങളുടെ വീട്ടിൽ വെളിച്ചം ആവശ്യമില്ലാത്ത മുറിയിലെ ലൈറ്റ് കെടുത്തി ആ സംസ്കാരം വളർത്താം. ആവശ്യമില്ലാതെ ടി വി പ്രവർത്തിപ്പിക്കുന്നതും നിർത്താം. അങ്ങനെ വൈദ്യുതി യുടെ ദുരുപയോഗം തടയാൻ വേണ്ടതൊക്കെ വീട്ടിലും വിദ്യാല യത്തിലും ഓഫീസിലും കളിസ്ഥലത്തുമൊക്കെ ചെയ്യാൻ നാം തയ്യാറാകണം. മറ്റുള്ളവരെ അതിന് പ്രേരിപ്പിക്കുകയും വേണം. എന്താ എല്ലാ കാന്താരികളും ഇക്കാര്യം കറന്റ് കട്ട് സമയത്തും പിന്നീടും ചിന്തിക്കണേ. കൂട്ടുകാരുടെ അഭിപ്രായവും എഴുതാൻ മറക്കണ്ട, ട്ടോ.

16

അയ്യോ! എനിക്കിത്രയും പഠിക്കാൻ പറ്റുമോ?

കൂട്ടുകാരെ, കുന്നിമണികളെ,

എല്ലാ കാന്താരിക്കുട്ടികൾക്കും സുഖമാണല്ലോ? സ്കൂൾ തുറന്നു, പഠനം തുടങ്ങി. മാസങ്ങളും കഴിഞ്ഞു. ഇനിയിപ്പോൾ പഠനത്തെപ്പറ്റി ഒന്നും എഴുതേണ്ട എന്നു കരുതിയിരിക്കുകയായിരുന്നു മാമൻ. അപ്പോഴായിരുന്നു രസകരമായ ഒരു സംഭവം നടന്നത്. ആദ്യം ആ കഥ കേട്ടോളൂ.

മാമൻ ഈയിടെ ഒരു വീട്ടിൽ പോയി. അവിടെ ചെന്ന് വീട്ടുകാരുമായി കൊച്ചുകൊച്ചു വർത്തമാനങ്ങൾ പറഞ്ഞിരുന്നു. അപ്പോഴായിരുന്നു ആ വീട്ടിലെ കുന്നിമണികളെ കണ്ടത്. രണ്ടു മിടുക്കർ. അവർ ക്ലാസും കഴിഞ്ഞ് എത്തിയതായിരുന്നു. അവരോട് അവരുടെ പഠിത്തത്തെപ്പറ്റി അന്വേഷിച്ചു. കുശലാന്വേഷണം കുട്ടികളോടാകുമ്പോൾ പഠന വിശേഷങ്ങളെപ്പറ്റിയാകുന്നതിൽ തെറ്റൊന്നുമില്ലല്ലോ. അവർ സ്കൂളിലെ വിശേഷങ്ങൾ പറഞ്ഞു. സ്കൂളിൽ നന്നായി പഠിപ്പിക്കുന്നുണ്ട്. നല്ല ടീച്ചർമാരാണ്. അത്യാവശ്യം വഴക്കൊക്കെ പറയും. എങ്കിലും സ്നേഹമുള്ള ടീച്ചർമാരാണ്. അതിനാൽ പഠനം നന്നായി നടത്താൻ പറ്റുന്നുണ്ട്.

പക്ഷേ ഒരു പ്രശ്നമുണ്ട്. അവർ പറഞ്ഞു. എന്താണ് പ്രശ്നം? ഞാൻ തിരക്കി. അപ്പോൾ അവർ അവരുടെ പഠനമുറിയിലേക്കു പോയി. ഏതാനും നിമിഷങ്ങൾ കഴിഞ്ഞ് തിരിച്ചുവന്നു. അവരുടെ സയൻസ് ടെക്സ്റ്റുകൾ മാമന്റെ മുന്നിൽവച്ചിട്ടു പറഞ്ഞു. "മാമാ,

ഇതൊക്കെ ഒന്നു നോക്ക്. ഇതെല്ലാം ഞങ്ങൾ ഒരു വർഷംകൊണ്ട് പഠിച്ചു തീർക്കേണ്ടതാണോ?"

"അതെയതെ. ഇതെല്ലാം ഈ ഒറ്റവർഷംകൊണ്ട് പഠിച്ചുതീർ ക്കേണ്ടതാണ്." മാമൻ പറഞ്ഞു.

അപ്പോൾ അവർ നാടകീയമായി കൈകൾ തലയിൽ വച്ചു കൊണ്ട് ഒന്നിച്ചുപറഞ്ഞു.

"അയ്യയ്യോ, ഇതിത്തിരി കട്ടിയായ സിലബസാണല്ലോ."

അവരുടെ പ്രതികരണം കണ്ട് മാമൻ ചിരിച്ചുപോയി. എന്നിട്ട് അവരുടെ തോളിൽത്തട്ടി അവരെ ആശ്വസിപ്പിച്ചു. "ഒന്നും പേടി ക്കാനില്ല മക്കളെ. ഇതൊക്കെ നിങ്ങൾക്കു പഠിക്കാൻ പറ്റും."

"പറ്റുമോ? ഇത്രയേറെ പഠിക്കാൻ പറ്റുമോ?" അവർ അവിശ്വ സനീയമായ ഒരു കാര്യം കേട്ട ഭാവത്തോടെ വീണ്ടും ചോദിച്ചു.

മാമൻ അവരോടു ചോദിച്ചു.

"ആട്ടെ, ലോകത്ത് ആദ്യമായി ഈ ക്ലാസിൽ പഠിക്കുന്നത് നി ങ്ങളാണോ? ഈ സിലബസ് അനുസരിച്ചു പഠിക്കുന്നത് നിങ്ങൾ മാത്രമാണോ?"

"അല്ലല്ല. അനേകവർഷങ്ങളായി അനേകലക്ഷം കുട്ടികൾ

പഠിച്ചതാണ്. ഈ വർഷവും ലക്ഷക്കണക്കിന് കുട്ടികൾ പഠിക്കു
ന്നുണ്ട്." അവർ സമ്മതിച്ചു. "ഉണ്ടല്ലോ. പണ്ടു പഠിച്ചവരൊക്കെ
പാസായിപ്പോയി. ഇന്നു പഠിക്കുന്നവരും പാസാകും. നാളെ പഠി
ക്കുന്നവരും പാസാകും. പഠിച്ചാൽ പാസാകും. ഇല്ലേ?" മാമൻ വീ
ണ്ടും ചോദിച്ചു.

അപ്പോൾ അവർ മടിച്ചു മടിച്ചു പറഞ്ഞു.

"പഠിച്ചാൽ പാസാകും. പണ്ടു പലരും പഠിച്ചു പാസായതുമാ
ണ്. എന്നാലും എല്ലാ പുസ്തകങ്ങളും കൂടി കാണുമ്പോൾ ഒരു ഭ
യം. ഒരു വിറയൽ."

അതുകേട്ട് മാമൻ പൊട്ടിച്ചിരിച്ചുപോയി.

"വിറയൽ, ഭയം. അത്രയേ ഉള്ളൂ. അതു സാരമില്ല. കുറച്ചു കഴി
യുമ്പോൾ മാറും." മാമൻ പറഞ്ഞു. എന്നിട്ടും അവർക്കു വിശ്വാസ
മായില്ല.

അപ്പോൾ മാമൻ അവരോട് പറഞ്ഞു. "അറിയുക. നിങ്ങൾക്ക്
അനന്തമായ കഴിവുകൾ ഉണ്ട്. നിങ്ങളുടെ മസ്തിഷ്കം ഒരു സൂ
പ്പർ സൂപ്പർ കമ്പ്യൂട്ടറാണ്. നിങ്ങൾക്ക് എന്തും പഠിക്കാൻ പറ്റും. പ
റ്റും പറ്റും പറ്റും എന്ന് സ്വയം പറയണം. പറഞ്ഞുപറഞ്ഞ് സ്വയം
വിശ്വസിക്കണം. ഉറച്ച ആത്മവിശ്വാസത്തോടെ പഠിക്കണം. മന
സിലായോ?"

അവർ വിശ്വാസം വന്നതുപോ
ലെ തലയാട്ടി. മാമൻ തുടർന്നു.

"ഏതു കുട്ടിക്കും എന്തും
പഠിക്കാൻ പറ്റും. പഠിക്കേണ്ടതു
പോലെ പഠിക്കണമെന്നുമാത്രം.
പയ്യെത്തിന്നാൽ പനയും തിന്നാം.
കടിക്കേണ്ടതുപോലെ കടിച്ചാൽ
പനയും മുറിയും. നിങ്ങൾ നിങ്ങ
ളുടെ കഴിവുകളെ കുറച്ചു കാണു
ന്നു. അതരുത്. നിങ്ങൾക്ക് അസാ
ധ്യമായി ഒന്നുമില്ല. ഉണരുക. സ്വ
ന്തം മസ്തിഷ്കമെന്ന സൂപ്പർ
കമ്പ്യൂട്ടർ ശരിയായി പ്രവർത്തി
പ്പിച്ചു തുടങ്ങുക. ചിട്ടയായി പഠി
ക്കുക. രസിച്ചു പഠിക്കുക. ആക്ടി
വിറ്റികളും

പ്രോജക്ടുകളും വഴി
അനുഭവിച്ചു പഠിക്കുക.

ചിന്തിച്ച്, ചോദ്യങ്ങൾ ചോദിച്ചു പഠിക്കുക... അങ്ങനെയൊ
ക്കെ പഠിച്ചാൽ നിങ്ങൾക്ക് ഏത് ക്ലാസിലും ഉന്നതമായ വിജയം
ലഭിക്കും. ഏതു സിലബസും നേരിടാനാകും. എത്ര കൂടുതലുണ്ടാ
യാലും പഠിക്കാനും പറ്റും."

അന്ന് അവരോട് ഇങ്ങനെയൊക്കെ പറഞ്ഞ് ആശ്വസിപ്പി
ച്ചിട്ടാണ് മാമൻ പിരിഞ്ഞത്. എല്ലാ കാന്താരിക്കുട്ടികളും അവരോടു
പറഞ്ഞത് മനസിലാക്കുമല്ലോ. നിങ്ങളുടെ കഴിവുകളിൽ പൂർണമായ
വിശ്വാസം അർപ്പിച്ച് ധൈര്യമായി പഠിക്കുമല്ലോ. അപ്പോൾ വിജയം
നൂറുശതമാനം ഉറപ്പ്.

ഇക്കാര്യത്തെപ്പറ്റി ഇനിയും സംശയമുള്ളവർ മാമനെഴുതണേ.

17

അയ്യരും നായരും ചേർന്നാൽ എന്തു ജാതി?

മാമാ മാമന് കണക്കറിയുമോ? എങ്കിൽ ഈ കണക്കൊന്നു ചെയ്ത് ഉത്തരം കണ്ടുപിടിച്ചു തരാമോ?

അയ്യർ + നായർ = ?

ഉത്തരം ഉടൻ കണ്ടുപിടിക്കണം...

ഒരു കാന്താരിക്കുട്ടിയുടെ എരിവുള്ള ഒരു കത്ത് അങ്ങനെയാ യിരുന്നു. കാന്താരി തമാശ പറയുകയാണെന്നാണ് മാമൻ കരുതി യത്. എന്നാൽ കത്തിന്റെ ബാക്കി ഭാഗം വായിച്ചപ്പോഴാണ് സംഗ തി തമാശയല്ല എന്നു മാമനു മനസിലായത്. ഏതോ പത്രത്തിൽ വന്ന ഒരു വിവാഹപ്പരസ്യമാണ് കാന്താരിക്കുട്ടിയെ കത്തെഴുതാൻ പ്രേരിപ്പിച്ചത്. "അമ്മ അയ്യർ. അച്ഛൻ നായർ. മകൾ 23 വയസ്. മ കം. ബിടെക്. സോഫ്റ്റ്‌വെയർ എൻജിനീയർ. വെജിറ്റേറിയൻ. അ നുയോജ്യനായ വരനെ തേടുന്നു..." ഇതായിരുന്നു പരസ്യം. അ യ്യരമ്മയ്ക്ക് നായരച്ഛനിൽ ജനിച്ച മകളുടെ ജാതി കണ്ടുപിടി ക്കാനുള്ള കണക്കായിരുന്നു ആ കാന്താരിക്കുട്ടി മാമനയച്ചത്.

കത്തു വായിച്ച് മാമൻ ആദ്യം ചിരിച്ചെങ്കിലും പിന്നെ കരയാൻ തോന്നി! കാലം പോയ പോക്കു നോക്കണേ. എന്നോ ഒരു അയ്യർ പെണ്ണും നായർ ചെറുക്കനും സ്നേഹത്തിലായി. കല്യാണം കഴി ച്ചു. മകളുണ്ടായി. അയ്യർ - നായർ കണ്ണിലുണ്ണിയായി ആ കുട്ടി വ ളർന്നു. കല്യാണപ്രായവുമായി. അപ്പോൾ മാതാപിതാക്കൾ വരനു വേണ്ടി പരസ്യം ചെയ്തിരിക്കുന്നു. അതിൽ തെറ്റൊന്നുമില്ല. എ

ന്നാൽ നമ്മെ ഞെട്ടിക്കുന്ന കാര്യം മറ്റൊന്നാണ്. ജാതി നോക്കാ തെ, ജാതിഭ്രാന്തന്മാരെ ധിക്കരിച്ച്, രക്ഷിതാക്കളുടെ എതിർപ്പ് അ വഗണിച്ച്, കല്യാണം കഴിച്ച ആ അമ്മയും അച്ഛനും ഇപ്പോൾ മ കൾക്ക് വരനുവേണ്ടി പരസ്യം ചെയ്തിരിക്കുന്നത് തങ്ങളുടെ ര ണ്ടുപേരുടെയും ജാതി പറഞ്ഞാണ്! കാലം മുന്നോട്ടുപോയപ്പോൾ അവർ ഉപേക്ഷിച്ച ജാതിയെ വീണ്ടും സ്വീകരിച്ച് പരസ്യമായി പ്ര ഖ്യാപിച്ചിരിക്കുന്നു! നാം വളരുന്നത് മുന്നോട്ടേ പിന്നോട്ടോ?

ജാതിയെപ്പറ്റി ഒന്നും മനസിലാക്കാതെയായിരുന്നു ഈ മാ മൻ വളർന്നത്. മാമന്റെ അച്ഛൻ വൈക്കം സത്യഗ്രഹ സമരഭടനാ യിരുന്നു. ജാതിചിന്ത ഇല്ലാതാക്കാൻ ശ്രമിച്ച ഒരു മനുഷ്യൻ. അതു കൊണ്ടായിരുന്നു ജാതിചിന്ത പകർന്നുതരാതെ മാമനെ വളർ ത്തിയത്. കുറേനാൾ കഴിയുമ്പോൾ ജാതി നമ്മുടെ നാട്ടിൽനിന്നും അപ്രത്യക്ഷമാകും എന്ന് അന്നൊക്കെ മാമൻ അടിയുറച്ചു വിശ്വ സിച്ചിരുന്നു. എന്നാൽ ഇന്ന് യുവാക്കൾപോലും ജാതി പറയുന്നു; പ്രചരിപ്പിക്കുന്നു! എന്തൊരു പതനം!

"മാമാ ലോകത്ത് എത്ര ജാതി മനുഷ്യരുണ്ട്?" ഒരു യോഗ ത്തിൽവച്ച് ഒരു കുട്ടി മാമനോട് സംശയം ചോദിച്ചു. "രണ്ടു ജാതി. ഒന്ന്; ആൺ; രണ്ട് ; പെൺ. അങ്ങനെ രണ്ടു മനുഷ്യജാതികൾ." അ ന്ന് മാമൻ ഇങ്ങനെ മറുപടി പറഞ്ഞു. അതു രണ്ടും മനുഷ്യജാതി തന്നെയല്ലേ എന്നു ചോദിക്കുന്നവർക്ക് നന്ദി. ശരിയാണ്. അപ്പോൾ ലോകത്ത് ഒരേയൊരു ജാതിയേ ഉള്ളൂ. മനുഷ്യജാതി. മനുഷ്യരെല്ലാം മനുഷ്യജാതിയിൽപ്പെടുന്നു.

കേരളം ഒരു ഭ്രാന്താലയം ആണെന്ന് ഒരു മഹാൻ ഒരി ക്കൽ പരിതപിച്ചു. ഭ്രാന്തന്മാർ ക്കേ ജാതി പറയാനും ജാതി യുടെ അടിസ്ഥാനത്തിൽ ചിന്തിക്കാനും കഴിയൂ. നമുക്ക് ഭ്രാന്തന്മാരാകാതെ ജീവിക്കാൻ ശ്രമിക്കേണ്ടേ? സാക്ഷര കേര ളത്തിലെ വിവേകമുള്ള ജനത യല്ലേ നാം? ശ്രീനാരായണഗു രുവിന്റെ നാട്ടുകാർ. നമുക്ക് ജാ തി ചോദിക്കാതിരിക്കാനും പ റയാതിരിക്കാനും മാത്രമുള്ള

വിവേകം പോരാ; മറിച്ച് ജാതിയെപ്പറ്റി ചിന്തിക്കുകപോലും ചെയ്യാ ത്തവരായി വളരുകയും വേണ്ടേ? അങ്ങനെ നമുക്ക് ലോകത്തിന് ഒരു മഹത്തായ മാതൃക കാണിച്ചുകൊടുക്കാം. അയ്യർ-നായർ മ കളും മറ്റെല്ലാ മക്കളും മനുഷ്യജാതി മാത്രമാണ് എന്ന തിരിച്ചറിവ് വളർത്തണം.

കൂട്ടുകാർ എന്തു പറയുന്നു? ഈ വിഷയം ഗൗരവമായി ചർച്ച ചെയ്യുമോ? ക്ലാസിൽ ഒരു സംവാദത്തിന് ഈ വിഷയം തെരഞ്ഞെടു ത്താലോ? ആലോചിക്കണേ.

18

ആരാ മാമാ ഈ വിശ്വമാനവൻ?

ആരാ മാമാ ഈ വിശ്വമാനവൻ? അങ്ങനെ ഒരാളെ മാമൻ ക
ണ്ടിട്ടുണ്ടോ? ലോകം മുഴുവൻ അങ്ങനെയുള്ളവരായാൽ ആ ലോകം
എങ്ങനെയിരിക്കും?

ഒരു കാന്താരിയുടെ ചോദ്യമാണ്. കണ്ടോ, കണ്ടോ, നമ്മുടെ
കൊച്ചുകേരളത്തിലെ കൊച്ചു കാന്താരികളും എരിവും വീര്യവുമു
ള്ള കാര്യങ്ങളെപ്പറ്റി ചിന്തിച്ചുകൊണ്ടിരിക്കുന്നു. ചോദ്യങ്ങളും ചോ
ദിക്കുന്നു. നല്ല കാര്യം. നല്ല ചോദ്യം ചോദിച്ച ആ കാന്താരിയെ ന
മുക്ക് അഭിനന്ദിക്കാം.

വിശ്വത്തെപ്പറ്റി അറിഞ്ഞാലല്ലേ വിശ്വമാനവനെന്ന സങ്കൽപ്പ
ത്തെപ്പറ്റി മനസിലാക്കാനാകൂ. അതിനായി നമുക്കൊരു കളി
കളിക്കാം. കാര്യം പഠിക്കാനുള്ള കളിയാണ്. എല്ലാ കുന്നിമണിക
ളും കുഞ്ഞുകാന്താരികളും ഒരു കടലാസെടുക്കൂ. നിങ്ങളുടെ ഡയ
റിയോ ക്ലാസിലെ ഒരു നോട്ടുബുക്കോ എടുത്താലും മതി. എന്നിട്ട്
നിങ്ങളുടെ വിലാസം ഭംഗിയായി എഴുതൂ. ആദ്യം എന്തെഴുതണം?
ഓരോ കാന്താരിയും സ്വന്തം പെരെഴുതുക. താഴെ വീട്ടുപെരെഴു
തുക. പട്ടണവാസികൾക്ക് ഫ്ളാറ്റിന്റെ പേരെ കാണൂ. എങ്കിൽ അ
തുമതി വീട്ടുനമ്പർ കൂടി വേണം. പേരും വീട്ടു (ഫ്ളാറ്റ്) പേരും എ
ഴുതിയാൽ അതിനടിയിൽ സ്ഥലപ്പേര് എഴുതണം. പിന്നെ പോ
സ്റ്റ് ഓഫീസ് ഏതെന്നും എഴുതണം. അതിന്റെ പിൻകോഡും എ
ഴുതുക. പിന്നെ ഏതു ജില്ല എന്നും ഏതു സംസ്ഥാനമെന്നും ഏതു

രാജ്യമെന്നും എഴുതൂ. എഴുതിയോ? എങ്കിൽ ഒന്നു വായിച്ച് എല്ലാം ശരിയാണോ എന്ന് ഉറപ്പുവരുത്തുക.

സാധാരണഗതിയിൽ ഇത്രയും എഴുതിയാൽ നിങ്ങളുടെ വിലാ സമായി. ഭൂമിയിലെ മേൽവിലാസം. അഡ്രസ്, ഈ അഡ്രസിൽ നി ങ്ങൾക്ക് ഒരു എഴുത്ത് ആരെങ്കിലും എവിടെനിന്നെങ്കിലും അയ ച്ചാൽ നിങ്ങൾക്കു കിട്ടും. ഭൂമിയിൽ ഏതു രാജ്യത്തുനിന്നും അയ യ്ക്കാം. വേണ്ടത്ര സ്റ്റാമ്പ് ഒട്ടിക്കണമെന്നുമാത്രം.

എന്നാൽ നാം വിശ്വമാനവനെപ്പറ്റിയാണ് ചിന്തിക്കുന്നത്. അപ്പോൾ നിങ്ങളുടെ മേൽവിലാസം തീർന്നിട്ടില്ല. രാജ്യത്തിന്റെ പേര് (ഇന്ത്യ) എഴുതിക്കഴിഞ്ഞല്ലോ. താഴെ നിങ്ങളുടെ ഗ്രഹത്തിന്റെ പേര് എഴുതുക. അതായത്, ഭൂമി എന്ന്. അത് എവിടെയാണ്? സൗര യൂഥത്തിൽ. ശരി, അതും താഴെ എഴുതൂ. സൗരയൂഥം സ്പേസിൽ എവിടെ? ആകാശഗംഗ (മിൽക്കീവേ) എന്ന ഗാലക്സി (നക്ഷത്ര ക്കൂട്ടം) യിലാണ് സൗരയൂഥം. അതിനാൽ സൗരയൂഥത്തിനു താഴെ ആകാശഗംഗ എന്നെഴുതൂ. ആകാശഗംഗയുടെ താഴെ എന്തെങ്കി ലും എഴുതാനുണ്ടോ? ഉണ്ട്. പ്രപഞ്ചം! (അതായത് വിശ്വം).

ഇപ്പോൾ നിങ്ങളുടെ പ്രപഞ്ചവിലാസം റെഡി. അതൊന്നു വാ യിക്കൂ. വീണ്ടും വായിക്കൂ. പല പ്രാവശ്യം വായിക്കൂ. അമ്പട! ഇ പ്പോൾ നിങ്ങൾക്ക് നിങ്ങളെപ്പറ്റി ഒരു ഗമ തോന്നുന്നില്ലേ? അന ന്തമായ പ്രപഞ്ചത്തിൽ എന്റെ പൊന്നു കാന്താരീ നിനക്കുമുണ്ട് ഒരു മേൽവിലാസം! അഭിമാനിക്കൂ. അഭിമാനിക്കാൻ തുടങ്ങിയോ?

എങ്കിൽ എന്റെ കാന്താരീ! നീ ഒരു വിശ്വമാനവനാകാൻ പോ കുന്നു!

ഞാൻ മഹത്തായ ഈ പ്രപഞ്ചത്തിന്റെ ഒരു ഭാഗമാണ് എന്നു ചിന്തിക്കാൻ കഴിയുന്നവനാണ് വിശ്വമാനവൻ. ജാതി-മത-ദേശ-വർ ഗ-ഭാഷാ ചിന്തകൾ പരിമിതിപ്പെടുത്താത്ത മനസുള്ളവനാണ് വി ശ്വമാനവൻ. വിശ്വത്തോളം വിശാലമാകണം വിശ്വമാനവന്റെ വീ ക്ഷണം. സ്വാർഥത തൊട്ടുതീണ്ടാത്ത മനസ്സിനുടമ. അതിരുകളി ല്ലാത്ത സ്നേഹത്തിന്റെ, സൗഹൃദത്തിന്റെ, ഉടമയാകണം വിശ്വമാ നവൻ. ലോകത്തെ മുഴുവൻ ഒന്നായി കാണുന്നവനാകണം വിശ്വ മാനവൻ. സമത്വസുന്ദരമായ ഒരു ലോകം സ്വപ്നം കാണുന്നവനാ കണം വിശ്വമാനവൻ. അസമത്വങ്ങൾക്കും അടിച്ചമർത്തലുകൾക്കും എതിരെ നിൽക്കുന്നവനാകണം വിശ്വമാനവൻ. വിശ്വമാനവികത യിലൂന്നിയ മഹത്തായ ചിന്തകളും സ്വപ്നങ്ങളുമുള്ള മഹദ് വ്യക്തി യാകണം വിശ്വമാനവൻ.

അപ്പോൾ വിശ്വമാനവരുടെ വിശ്വം സമത്വസുന്ദരമായ ഒരു ലോ കമായിരിക്കും. നീതിയിൽ, സൗഹൃദത്തിൽ, സഹകരണത്തിൽ, നി ലനിൽക്കുന്ന ഒരു മോഹന സുന്ദരലോകം. എന്താ, എല്ലാ കാന്താ രികൾക്കും അങ്ങനെയൊരു ലോകം സ്വപ്നം കാണാമോ?

നമ്മളെന്തിനാ മാമാ ചന്ദ്രനിൽ പോകുന്നത്?

മാമാ വെറുതെ നമ്മൾ എന്തിനാ മാമാ ചന്ദ്രനിൽ പോകു ന്നത്? ആ കാശുകൊണ്ട് ഉച്ചക്കഞ്ഞി വിതരണം നടത്താൻ പാടി ല്ലേ? നല്ല റോഡുണ്ടാക്കാൻ വയ്യേ? ഇങ്ങനെ പത്രാസു കാണി ക്കാൻ കാശു കളയുന്നതിനെ മാമനും അനുകൂലിക്കുകയാണോ?

ഒരു കാന്താരിക്കുട്ടി ദേഷ്യപ്പെട്ട് മാമനെഴുതിയ കത്തിന്റെ ഭാഗ ങ്ങളാണ് മുകളിൽ. ചാന്ദ്രയാനത്തെ മാമനും അനുകൂലിച്ചെന്നറി ഞ്ഞ് രോഷംകൊണ്ട് കത്തെഴുതുകയായിരുന്നു ആ കാന്താരി. ക ത്തു വായിച്ചപ്പോൾ മാമന് വലിയ സന്തോഷം തോന്നി. ചിന്തിക്കു ന്നവർക്കല്ലേ രോഷമുണ്ടാകൂ. വാശിയുണ്ടാകൂ. അഭിപ്രായങ്ങളുണ്ടാ കൂ. അപ്പോഴല്ലേ എഴുതാനും തോന്നൂ. അങ്ങനെയല്ലേ കത്തെഴുതി യത്? അതിന് ആ കൂട്ടുകാരിയെ അഭിനന്ദിക്കുന്നു.

ചന്ദ്രയാൻ ഒന്നിനെപ്പറ്റി കൂട്ടുകാരെല്ലാം വായിച്ചിരിക്കുമല്ലോ. അതേപ്പറ്റി ചിന്തിക്കുകയും ചർച്ചചെയ്യുകയുമൊക്കെ ചെയ്തിരിക്കും. ഇന്ത്യയുടെ നേട്ടത്തിൽ അഭിമാനിച്ചവരും അതേ സമയം അതിനെ സംശയത്തോടെ കണ്ടവരും വിമർശിച്ചവരുമൊക്കെയുണ്ടാകും. എല്ലാവരേയും മാമൻ അഭിനന്ദിക്കുന്നു. ചിന്തിക്കുന്നവരെ അഭിനന്ദിക്കാതെ പറ്റുമോ?

ചന്ദ്രനിൽ കാലുകുത്താൻ ഇന്ത്യാക്കാരനു കഴിയും. 2015ൽ അതിന് കഴിയുമെന്നാണ് കരുതുന്നത്. ചന്ദ്രയാൻ-1 ദൗത്യം വിജയിക്കണം. ഭൂമിയുടെ ഗുരുത്വാകർഷണം മറികടന്ന് ചന്ദ്രനെ പ്രദക്ഷിണം ചെയ്യുന്ന ഒരു ഉപഗ്രഹമാണ് ചന്ദ്രയാൻ ഒന്നിലൂടെ നാം സാധ്യമാക്കുന്നത്. ആ ഉപഗ്രഹമുപയോഗിച്ച് നാം ചന്ദ്രനെപ്പറ്റി പഠിക്കും. ചന്ദനിൽ ഒരു യന്ത്രമിറക്കി ചന്ദ്രനെ പരിശോധിക്കുകയാണ് ചന്ദ്രയാൻ രണ്ടിന്റെ ലക്ഷ്യം. ഈ പഠനങ്ങളും രണ്ട് യാത്രകളും നൽകുന്ന പരിശീലനങ്ങളുപയോഗിച്ചായിരിക്കും പിന്നീട് ഇന്ത്യക്കാരൻ ചന്ദ്രനിലിറങ്ങുക.

ഈ ചന്ദ്രയാത്രകൾകൊണ്ട് നമുക്ക് പല നേട്ടങ്ങളും ഉണ്ടാകുന്നുണ്ട്. ചന്ദ്രനിലെ വിഭവങ്ങളെപ്പറ്റി പഠിക്കാൻ പറ്റും. ചന്ദ്രനിലുള്ള ഒരുതരം ഹീലിയം ഭാവിയിൽ ഊർജപ്രതിസന്ധി തരണം ചെയ്യാൻ സഹായിച്ചേക്കാം.

എന്നാൽ ഇതൊന്നുമല്ല ഏറ്റവും വലിയ നേട്ടം. മറിച്ച് ആ പരിപാടികൾ നമുക്ക് നൽകുന്ന അറിവാണ്; വിരുതാണ്; ആത്മവിശ്വാസമാണ്. നാം ജീവിക്കുന്നത് വിവരവിസ്ഫോടനത്തിന്റെ കാലത്താണ്. അറിവിന്റെ യുഗത്തിലാണ്. അറിവാണ് ശക്തി. അസാധ്യമായത് ഒന്നുമില്ല. ഒരു ജനത ഉണർന്നാൽ, ഏറ്റവും വലിയ സ്വപ്നം

കണ്ടുതുടങ്ങിയാൽ, അസാധ്യമായതും സാധിക്കണമെന്ന് ദൃഢനി
ശ്ചയം ചെയ്താൽ, സമർപ്പണ ബോധത്തോടെയുള്ള തീവ്രമായ
തപസു തുടങ്ങിയാൽ എന്തും സാധിക്കും. എന്തിനേയും കീഴട
ക്കാനാകും. സമ്പന്ന രാഷ്ട്രങ്ങൾ മാത്രം കൈയടക്കി സ്വന്തം കു
ത്തകയായി സൂക്ഷിച്ചിരുന്ന ടെക്നോളജികൾപോലും സ്വന്തം ക
ഴിവിൽ സ്വന്തം രീതിയിൽ വികസിപ്പിച്ചെടുക്കാൻ സാധിക്കും. അ
താണ് ഇന്ത്യ തെളിയിച്ചത്. കൂറ്റൻ പി എസ് എൽ വി – സി 11 റോ
ക്കറ്റ് ചന്ദ്രയാനുമായി പറന്നുയർന്നതിന്റെ വിശദവിവരം കൂട്ടുകാർ
ഒന്നുകൂടി ശ്രദ്ധിച്ചു വായിച്ചാൽ ഇതു മനസിലാകും.

അൻപതു ട്രക്കുകളുടെ ഭാരമുണ്ടായിരുന്നു ആ റോക്കറ്റിന്.
പേടകത്തിന് ഒരു സാധാരണ മാരുതി കാറിന്റെ ഭാരവും. ഈ കൂറ്റൻ
റോക്കറ്റിനെ ഉയർത്തി, ഓരോ ഘട്ടത്തിലും കൃത്യമായി പേടകത്തെ
ഉയർത്തി, ഭൂമിയുടെ ഗുരുത്വാകർഷണവും കടത്തി, ചന്ദ്രനടുത്തെ
ത്തിച്ച്, അതിനെ ഭ്രമണം ചെയ്യിക്കുകയെന്ന സങ്കീർണമായ പ്രവർ
ത്തനം എത്ര വലുതാണ്!

ചന്ദ്രയാൻ 1 നിരീക്ഷണം മാത്രമായിരിക്കും നടത്തുക. ചന്ദ്ര
യാൻ 2 ഒരു ചെറിയ വാഹനം ചന്ദ്രോപരിതലത്തിലിറക്കി ചന്ദ്രനെ
പരിശോധിക്കും. ഇതൊക്കെ നിയന്ത്രിക്കുന്നത് ചന്ദ്രനിൽനിന്നും
ഏകദേശം 3,84 ലക്ഷം കിലോമീറ്റർ അകലെ ഭൂമിയിലിരുന്നാണ്!
ഏറ്റവും ഉന്നതമായ സാങ്കേതികവിദ്യാവൈദഗ്ധ്യമുള്ള രാഷ്ട്രങ്ങൾ
ക്കു മാത്രം സാധിക്കുന്നതാണ് ഈ കർമങ്ങളൊക്കെ. അത് നാനാ
തരത്തിൽ നമ്മുടെ ശാസ്ത്രസാങ്കേതികരംഗത്തെ ശക്തിപ്പെടുത്തും.
ഇന്ത്യയിലെ നൂറ്റിപ്പത്തുകോടി ജനങ്ങളുടെ ആത്മാഭിമാനത്തെ ഉ
യർത്തും. ആത്മവിശ്വാസത്തെ വളർത്തും. അതിലും വലിയ എ
ന്തു നേട്ടമാണ് നമുക്കു വേണ്ടത്?

ഇന്ത്യക്കാരനെ ചന്ദ്രനിലിറക്കാൻ വേണ്ടിവരുന്ന ചെലവ് ഏക
ദേശം 32,000 കോടി രൂപയാണ്. വലിയ തുകതന്നെയാണ്. എന്നാൽ
ഇന്ത്യ വളരണമെങ്കിൽ അതു ചെലവാക്കിയേ കഴിയൂ. ഉച്ചക്കഞ്ഞി
ക്കും റോഡിനും എല്ലാം പണം കണ്ടെത്തുകതന്നെ വേണം. കാ
ന്താരിക്കുട്ടീ, അത്തരം ആവശ്യങ്ങൾക്കൊക്കെ പണം ചെലവാക്കണ
മെന്നു നമുക്ക് ശക്തിയോടെ ആവശ്യപ്പെടാം. പക്ഷേ ശാസ്ത്ര
സാങ്കേതികരംഗങ്ങളിലെ ഗവേഷണങ്ങൾക്ക് പണം ചെലവാക്കേണ്ട
എന്നു വാദിച്ചാൽ ഇന്ത്യയുടെ വളർച്ച മുരടിക്കുകതന്നെ ചെയ്യും.
എല്ലാ കാന്താരിക്കുട്ടികൾക്കും മാമൻ പറയുന്നത് മനസിലാകുന്നു
ണ്ടല്ലോ?

എ പ്ലസ് കിട്ടാനാണോ പഠിക്കുന്നത്?

പ്രിയപ്പെട്ട കാന്താരിക്കുട്ടികളെ, എ പ്ലസ് കിട്ടാനാണോ പഠി ക്കുന്നത്? സംശയം മാമനല്ല. ചില കുന്നിമണികൾക്കും പൊന്നു കാന്താരികൾക്കുമാണ്. അവരിൽ ചിലർ അക്കാര്യം ചോദിച്ചുകൊ ണ്ട് മാമന് കത്തെഴുതിയിരിക്കുന്നു. പഠനത്തെപ്പറ്റി മാമൻ പല പ്രാ വശ്യം പറഞ്ഞിട്ടുള്ളതാണ്. എന്നിട്ടും ചിലർക്ക് വീണ്ടും സംശയം. അതുകൊണ്ട് മാമൻ വീണ്ടും എഴുതുകയാണ്.

ധീരജിന്റെ കഥതന്നെ കേട്ടോളൂ. മാമന്റെ ലേഖനങ്ങളൊക്കെ  വായിക്കുന്ന മിടുക്കനാണ് ആ കാന്താരി. ഒൻപതാം ക്ലാസുകാരൻ. കഴിഞ്ഞ പ രീക്ഷയ്ക്ക് ധീരജിന് ഏഴു വിഷയങ്ങൾക്ക് A+ കിട്ടി. ഒന്നിന് A; രണ്ട് എണ്ണ ത്തിനു B+. ആ വിവരം പ റഞ്ഞാണ് ധീരജ് കത്തെഴു തിയിരിക്കുന്നത്. ഒരു വി ദ്യാർഥിക്ക് സംതൃപ്തിയട യാൻ ഇത്രയൊക്കെ മതി എന്നു ധീരജ് തന്നെ സ മ്മതിക്കുന്നു. പക്ഷേ എല്ലാ

വിഷയത്തിലും A+ കിട്ടണം എന്നതാണ് ധീരജിന്റെ ലക്ഷ്യം. അതു നടന്നില്ല. അതിന്റെ സങ്കടം, നിരാശ. അതോർത്ത് മനസിന് പിരിമു റുക്കം. 'എനിക്ക് വളരെയധികം ടെൻഷൻ അനുഭവപ്പെടുന്നു.' ധീരജ് എഴുതിയിരിക്കുന്നു!

അത്രയും വായിച്ചപ്പോൾ മാമൻ ചിരിച്ചുപോയി. ഒൻപതാം ക്ലാസുകാരന് ടെൻഷനോ! അതും ഒരു സാധാരണ പരീക്ഷയുടെ ഗ്രേഡിനെപ്പറ്റി ഓർത്ത്! അതേപ്പറ്റി ചിന്തിച്ചിരിക്കുമ്പോഴാണ് മൂ ന്നാം ക്ലാസുകാരി രാധികയുടെ കാർഡ് കിട്ടിയത്. അതു വായിച്ച് മാമൻ കൂടുതൽ ചിരിച്ചു. 'മാമാ ഒരു ക്ലാസ് പരീക്ഷ എന്നു കേൾ ക്കുമ്പോൾപോലും എനിക്ക് ടെൻഷനാണ്. സത്യം. മൂന്നാം ക്ലാസ് എന്നാൽ വലിയ ക്ലാസല്ലേ? ടെൻഷനില്ലാതിരിക്കുമോ?' എങ്ങനെ യുണ്ട് ആ കൊച്ചുകാന്താരിയുടെ ടെൻഷൻ വിശേഷം?

കത്തുകളെല്ലാം വായിച്ചുകൊണ്ടിരിക്കുമ്പോൾ മാമൻ ഓർത്തത് ഒരു നാനോകാന്താരിയുടെ കാര്യമാണ്. മാമന്റെ കൊച്ചുമകൾ വാ വക്കുട്ടിയുടെ കാര്യം. കഴിഞ്ഞ ആഴ്ച ബാംഗ്ലൂരുവച്ച് അവളെ ക ണ്ടപ്പോൾ മാമൻ ഒരു തമാശ ചോദിച്ചു. "വാവക്കുട്ടി, ഇപ്പോൾ ഏ തു ക്ലാസിലായി?" അപ്പോൾ അവർ വലിയ ഗൗരവത്തിൽ പറഞ്ഞു. "ഇപ്പോൾ വലിയ ക്ലാസിലായി. സ്റ്റാൻഡാർഡ് വണ്ണിൽ!" "അ മ്പമ്പോ വാവക്കുട്ടി ഇത്ര വലിയ ക്ലാസിലായോ? അപ്പൂപ്പനറിഞ്ഞി ല്ലല്ലോ." അപ്പോൾ തന്റെ അപ്പൂപ്പന്റെ അജ്ഞതയെപ്പറ്റി ഓർത്ത് അവൾ പറഞ്ഞു. "ഈ അപ്പൂപ്പന് എന്തറിയാം. ഒന്നാം ക്ലാസ് എത്ര വലിയതാണെന്നോ!" അപ്പൂപ്പൻ പൊട്ടൻകളിച്ച് അന്നു ചിരിച്ചു.

കാന്താരിക്കുട്ടികൾക്ക് കഥയുടെ കാതൽ പിടികിട്ടിയോ? ഓരോ ക്ലാസുകാരുടെയും വിചാരം അവരുടെ ക്ലാസാണ് ഏറ്റവും വലിയ തെന്നാണ്. അവിടെയാണ് ഏറ്റവും അധികം പഠിക്കാനുള്ളതെന്നു മാണ്. അങ്ങനെയോർത്താണ് മൂന്നാം ക്ലാസുകാരിപോലും ടെൻ ഷനടിക്കുന്നത്. പ്രിയപ്പെട്ട കാന്താരിക്കുട്ടികളെ, ടെൻഷൻ എന്ന വാക്ക് മാമൻ സ്കൂളിൽ പഠിച്ചിരുന്നപ്പോൾ കേട്ടിട്ടുപോലുമില്ലായി രുന്നു. അപ്പോൾ പിന്നെ ടെൻഷൻ എന്ന് നിങ്ങളെപ്പോലെയുള്ള കുരു ന്നുകൾ പറയുമ്പോൾ ചിരി വരുകയില്ലേ?

പ്രിയപ്പെട്ട കൂട്ടുകാരെ, ആരും ടെൻഷനടിക്കേണ്ട. വേവലാതി പ്പെടേണ്ട. പഠനത്തെപ്പറ്റിയും പരീക്ഷയെപ്പറ്റിയും ഗ്രേഡിനെപ്പറ്റി യും ഓർത്ത് ഉറക്കം കളയേണ്ട. പഠനം രസകരമായ, ഒരു അനുഭ വമാണ്. അറിവ് നേടുന്നത് ആനന്ദകരമായ ഒരു അനുഭവമാണ്. പഠിച്ചു രസിക്കാനും രസിച്ചു പഠിക്കാനും പഠിച്ചാൽ പഠനം ഒരു ക

ളിയാകും. അതാണു വേണ്ടത്.

എ പ്ലസ് കിട്ടാനല്ല പഠനം. എ പ്ലസ് കിട്ടിയാൽ മാത്രം മിടു ക്കനാകുമെന്നും മിടുക്കിയാകുമെന്നും കരുതുകയും വേണ്ട. പഠ നം എന്തിനാണ്? നിങ്ങളെ മിടുക്കരാക്കാൻ. അറിയുക. ഓരോ കു ഞ്ഞും സൃഷ്ടിയുടെ ഒരു അത്ഭുതമാണ്. ഒരു കുഞ്ഞു ജനിക്കു മ്പോൾ തന്നെ അതിന്റെ മസ്തിഷ്കത്തിൽ ഒരു ദശലക്ഷം ന്യൂ റോണുകൾ റെഡിയായിട്ടുണ്ട്. ഓരോ ന്യൂറോണും അസാധാരണ മായ കഴിവുകൾ ഉള്ള ഒരോ മസ്തിഷ്കകോശമാണ്. അത്തരം ദ ശലക്ഷം ദശലക്ഷം അത്ഭുതകോശങ്ങൾ ഉള്ള മസ്തിഷ്കം ഒരു സൂപ്പർ സൂപ്പർ കമ്പ്യൂട്ടറിലും വലിയ കമ്പ്യൂട്ടറാണ്. അനന്തമായ ക ഴിവുകളും വാസനകളും ഓരോ കുട്ടിയിലുമുണ്ട്. ഈ കഴിവുകളെ വളർത്താനാണ് പഠനം. വാസനകളെ പരിപോഷിപ്പിക്കാനാണ് പഠ നം. നാനാതരം കഴിവുകൾ നിങ്ങളിൽ ഉറങ്ങുന്നു. അവയെ ഉണർ ത്തി, വളർത്തി, പരിപോഷിപ്പിക്കുമ്പോഴാണ് നിങ്ങളുടെ സമഗ്രമാ യ വികസനം നടക്കുക. ബുദ്ധിയുടെ എല്ലാതലങ്ങളും വികസിക്കു

ക. അതിനുള്ള തപസാണ് പഠനം. ഭാഷാപഠനം ഭാഷാശേഷി വ ളർത്തുന്നു. ശാസ്ത്രപഠനം ശാസ്ത്രബോധം വളർത്തുന്നു. ഗണി തപഠനം ഗണിതബോധം വളർത്തുന്നു. സാമൂഹ്യശാസ്ത്രപഠനം സാമൂഹ്യബോധം വളർത്തുന്നു. പാഠം കാണാപ്പാഠം പഠിക്കലല്ല പഠനം. നിരന്തരമായ ചർച്ചകളിലൂടെ, പ്രവർത്തനങ്ങളിലൂടെ, വാ യനയിലൂടെ, ചിന്തകളിലൂടെ, പരീക്ഷണ-നിരീക്ഷണ നിഗമന പ രിശീലനങ്ങളിലൂടെ, പ്രോജക്ടുകളിലൂടെ, അതീവ രസകരമായി അറിവ് ആർജിക്കണം. പ്രശ്നങ്ങൾ കണ്ടെത്താനും പരിഹാരങ്ങൾ ഊഹിച്ചും കണ്ടെത്തിയും അറിവുനേടി പ്രതികരിക്കാനും പ്രശ്നങ്ങൾ പരിഹരിക്കാനും പഠിക്കണം. പ്രവൃത്തികളിലൂടെ പഠി ക്കണം. ഇങ്ങനെ രസിച്ചു ലയിച്ചു പഠിക്കുമ്പോൾ പഠനം ആവേശ കരമാകും.

ഇങ്ങനെ പഠിക്കുന്നതിനിടെ നിങ്ങൾക്ക് ലഭിച്ചിട്ടുള്ള ശേഷി കൾ എത്രയെന്നു വിലയിരുത്തുന്ന പരിപാടിയാണ് പരീക്ഷ. അത് നിരന്തരം നടക്കും. ഒരു പരീക്ഷയ്ക്ക് എ പ്ലസ് കിട്ടിയില്ല എന്നതു കൊണ്ട് ടെൻഷനുണ്ടാകേണ്ട. കിട്ടിയിലെങ്കിൽ കിട്ടാനുള്ള ശ്രമം നടത്താം. അങ്ങനെ ശേഷികൾ വളർത്താം. പോരായ്മകൾ കണ്ടറി ഞ്ഞ് കുറവുകൾ പരിഹരിച്ചു മുന്നേറാം. അത് ചിരിച്ചുകൊണ്ട് ചെ യ്യേണ്ട ഒരു കളിയാണ്.

അതെ; പഠനം ഒരു കളിതന്നെ. സ്പോർട്സ്മാൻസ്പിരിറ്റു വേ ണ്ട കളി. അതിൽ ലയിക്കുക. രസിക്കുക. ടെൻഷനെപ്പറ്റിയുള്ള ചി ന്തപോലും വേണ്ടവേണ്ട!

21

എന്താ മാമാ ഗലീലിയോ ചെയ്ത മഹാകാര്യം?

പ്രിയപ്പെട്ട മാമാ,

ഈ വർഷം ഗലീലിയോയെ അനുസ്മരിക്കണമെന്ന് ഞങ്ങളു ടെ മാസ്റ്റർ പറഞ്ഞു. മനുഷ്യൻ ചന്ദ്രനിൽ കാലുകുത്തി. സ്പേസി ലേക്കു യാത്ര തുടങ്ങി. അപ്പോഴെന്തിനാണ് ഗലീലിയോയുടെ പഴ ങ്കഥ പൊടിതട്ടി എടുക്കുന്നത്? ഒരു കാന്താരിക്കുട്ടിയുടെ സംശയ മാണ്.

എല്ലാ കാന്താരിക്കുട്ടികളും അറി
യുക. ഗലീലിയോയുടെ കഥ പഴങ്കഥ
തന്നെയാണ്. പക്ഷേ അത് പഴയതാ
യതുകൊണ്ട് അതിന്റെ പ്രാധാന്യം കു
റയുന്നില്ല. ഗലീലിയോ താനുണ്ടാക്കി
യ അതിലളിതമായ ദൂരദർശിനി ഉപ
യോഗിച്ച് ആകാശത്തെ നിരീക്ഷിച്ചത്
1609 ഡിസംബർ മാസത്തിലായിരുന്നു.
ആ ചെറിയ, പക്ഷേ വലിയ, സംഭവ
ത്തിന് ഇപ്പോൾ നാന്നൂറു വയസായി
രിക്കുന്നു. നാന്നൂറു വർഷം കഴിഞ്ഞിട്ടും
ഗലീലിയോ കണ്ട കാഴ്ചകളുടെ
പ്രാധാന്യം കുറഞ്ഞിട്ടില്ല. ആ കാഴ്ചകൾ ഗലീലി യോക്ക് ആദ്യം
അവിശ്വസനീയമായിരുന്നു. എന്നാൽ ആ സത്യാന്വേഷി പതറിയില്ല.
വീണ്ടും വീണ്ടും ആകാശത്തേക്കു കണ്ണയച്ചു. കണ്ടു, കാര്യങ്ങൾ
ശരിയായി മനസിലാക്കി, വിശദീകരിച്ചു, നിഗമനങ്ങളിലെത്തി, പ്ര
സിദ്ധപ്പെടുത്തി.

ആ വിവരങ്ങൾ ശാസ്ത്രലോകത്ത് വിപ്ലവങ്ങൾ ഉണ്ടാക്കി. അ
ന്നുവരെ ലോകത്തുണ്ടായിരുന്ന ധാരണകൾക്ക് അതോടെ ഇളക്കം
തട്ടി. ലോകത്തെ പഴഞ്ചൻ വിശ്വാസങ്ങൾ തകരാനും തുടങ്ങി. അ
ന്നുവരെ ഭൂമിക്കു മാത്രമേ ചന്ദ്രനുള്ളൂ എന്നാണ് കരുതിയിരുന്നത്.
എന്നാൽ വ്യാഴത്തിനു ചന്ദ്രന്മാരുണ്ടെന്ന് ഗലീലിയോ കണ്ടെത്തി.
ചന്ദ്രൻ അതിസുന്ദരമാണ് എന്നായിരുന്നു അന്നുവരെയുണ്ടായിരു
ന്ന ധാരണ. എന്നാൽ ചന്ദ്രനിൽ അഗാധഗർത്തങ്ങൾ ഉണ്ട് എന്ന്
ഗലീലിയോ കണ്ടെത്തി. സൂര്യനിൽ കളങ്കങ്ങൾ ഉണ്ടെന്നും ഗലീ
ലിയോ കണ്ടുപിടിച്ചു. ആകാശഗംഗയിൽ അനേകം നക്ഷത്രങ്ങൾ
ഉണ്ട് എന്നും ഗലീലിയോ കണ്ടെത്തി. അതുവരെ സൂര്യൻ മാത്രമാ
ണു നക്ഷത്രമെന്നാണ് കരുതിയിരുന്നത്.

അന്നുവരെ പരീക്ഷണ-നിരീക്ഷണങ്ങൾ നടത്തി അവയുടെ
അടിസ്ഥാനത്തിൽ നിഗമനങ്ങളിലെത്തുന്ന രീതിയല്ലായിരുന്നു. എ
ന്നോ അരിസ്റ്റോട്ടിൽ പറഞ്ഞത് പിന്നീട് ചോദ്യം ചെയ്യാതെ എ
ല്ലാവരും അംഗീകരിച്ചിരുന്നു. സ്വർഗവസ്തുവായ സൂര്യനിൽ കള
ങ്കമുണ്ടാകില്ല എന്നായിരുന്നു അരിസ്റ്റോട്ടിൽ കരുതിയിരുന്നത്.
അതു തെറ്റാണ് എന്ന് ഗലീലിയോയുടെ കണ്ടെത്തലുകൾ തെളി
യിച്ചു.

ഗലീലിയോയുടെ ആകാശക്കാഴ്ചകൾ ഒരു തുടക്കമായി. അറി വിന്റെ കുതിച്ചുചാട്ടത്തിനു കാരണമായി. വാനശാസ്ത്രത്തിൽ വി പ്ലവത്തിനു കാരണമായി. വാനശാസ്ത്രത്തിൽ മാത്രമായിരുന്നില്ല ഗലീലിയോയുടെ സംഭാവനകൾ. ഭൗതികത്തിലും അദ്ദേഹം വലിയ സംഭാവനകൾ നൽകി.

കോപ്പർ നിക്കസിന്റെ സൂര്യകേന്ദ്രസിദ്ധാന്തത്തെ ഗലീലിയോ പിന്താങ്ങി. തന്റെ നിരീക്ഷണങ്ങളുടെ അടിസ്ഥാനത്തിലായിരുന്ന പഴയ ഭൂമികേന്ദ്രസിദ്ധാന്തത്തെ അദ്ദേഹം തിരസ്കരിച്ചത്.

അതിന്റെ പേരിൽ ഗലീലിയോക്ക് വത്തിക്കാനിൽനിന്നും ശിക്ഷ ഏൽക്കേണ്ടിയും വന്നു. എന്നാൽ കാലം മുന്നോട്ടു കുതിച്ചു. വാന ശാസ്ത്രം വളർന്നു. ഗലീലിയോയുടെ കണ്ടെത്തൽ അതിന് തുട ക്കമായി. 1992ൽ വത്തിക്കാൻ ഗലീലിയോയെ കുറ്റവിമുക്തനുമാക്കി.

ഗലീലിയോയുടെ വാനശാസ്ത്ര നിരീക്ഷണത്തിന് നാന്നൂറു വയസു തികയുന്നത് ലോകമെങ്ങും ആഘോഷിക്കുകയാണ്. ഐ ക്യരാഷ്ട്രസഭയുടെ ആഹ്വാനപ്രകാരമാണത്. 2009 അന്താരാഷ്ട്ര വാനശാസ്ത്രവർഷമായി ആഘോഷിച്ചാണ് അത് നിർവഹിക്കുന്നത്. മഹാനായ ഗലീലിയോയുടെ മഹത്തായ കണ്ടെത്തലിന്റെ നാന്നൂറാം വർഷാചരണത്തിലൂടെ നാം ശാസ്ത്രത്തിന്റെ ആവേശകരമായ ലോ കത്തേക്ക് കൂടുതൽ അടുക്കും.

ശാസ്ത്രത്തിന്റേത് വിശ്വാസത്തിന്റെ വഴിയല്ല. മറിച്ച് പരീക്ഷണ, നിരീക്ഷണ, നിഗമനത്തിന്റെ വഴിയാണ്. നിരീക്ഷണങ്ങൾ വഴി ല ഭിക്കുന്ന വിവരങ്ങളെ വിശദീകരിച്ച് യുക്തിപൂർവമായ നിഗമന ങ്ങളിലെത്തണം. ഈ രീതി ശാസ്ത്രത്തിൽ ഉറപ്പിച്ചു എന്നുള്ളതാ ണ് ഗലീലിയോയുടെ ഏറ്റവും വലിയ സംഭാവന. എത്ര വലിയ ആചാര്യൻ പറഞ്ഞാലും നീരിക്ഷണ വിവരങ്ങൾക്ക് എതിരാണെ ങ്കിൽ അത് അംഗീകരിക്കരുത് എന്ന് ഗലീലിയോ കാണിച്ചുതന്നു. അതിനാൽ പഴഞ്ചനായ ഗലീലിയോയുടെ ആശയങ്ങൾ ഒരിക്കലും പഴഞ്ചനാകുന്നില്ല. നമുക്ക് 2009ൽ ഗലീലിയോയെ നന്നായി അനു സ്മരിക്കുകതന്നെ വേണം. തുടർന്നും എല്ലാ വർഷങ്ങളിലും ഗലീലിയോയെ അനുസ്മരിക്കുകയും വേണം.

22

അഗ്നിച്ചിറകുകൾ

വായിച്ചാലേ വളരൂ. നല്ല പുസ്തകങ്ങളാണ് വായിക്കേണ്ടത്. നല്ല പുസ്തകങ്ങൾ നല്ല മനുഷ്യരെപ്പോലെയാണ്. അവ നല്ല വഴികൾ കാണിക്കും. നല്ല കാഴ്ചകൾ കാണിക്കും. നല്ല അറിവുകൾ നൽകും. നല്ല സ്വപ്നങ്ങൾ നൽകും. മഹത്തായ സ്വപ്നങ്ങൾ, മൗലികമായ ആശയങ്ങൾ, ചിന്തകൾ, ദർശനങ്ങൾ. നല്ല പുസ്തകങ്ങൾ നമ്മെ അവയിലൂടെ മഹത്വത്തിലേക്ക് വളർത്തും. നമ്മുടെ ബഹുതല ബുദ്ധിവികാസം സാധ്യമാക്കും. നമ്മുടെ സമഗ്രമായ വളർച്ച ഉറപ്പാക്കും. നമ്മെ സമ്പൂർണ മനുഷ്യരാക്കും.

അപ്പോൾ കൈയിൽ കിട്ടുന്നതെന്തും വായിച്ചാൽ പോരാ. വായനയിലൊരു ബോധപൂർവമായ തെരഞ്ഞെടുപ്പു വേണം. ഉത്തമഗ്രന്ഥങ്ങൾ തെരഞ്ഞെടുക്കണം. അതിന് അറിവുള്ളവരുടെ സഹായവും തേടണം.

നല്ല ഓരോ പുസ്തകവും ഒരു മാന്ത്രിക ലോകമാണ് നമുക്കായി തുറന്നുതരുന്നത്. പുസ്തകം തുറക്കുമ്പോൾ നാം ആ മാന്ത്രികലോകത്ത് പ്രവേശിക്കുന്നു. അത് അനുഭവങ്ങളുടെ ലോകമാകാം. മോഹനസുന്ദര സങ്കൽപ്പങ്ങളുടെ ലോകമാകാം. പുതുപുത്തൻ ആ

ശയങ്ങളുടെ ലോകമാകാം. നമ്മുടെ മനസിനെ നന്നാക്കുന്ന അനു
ഭവങ്ങൾ നൽകുന്ന ലോകമാകാം. ശാസ്ത്രത്തിന്റെ അത്ഭുതലോ
കമാകാം. എന്തായാലും നല്ല ഒരു പുസ്തകം വായിക്കുന്നത് നല്ല
ഒരു അനുഭവമാകും. അങ്ങനെ ഒരു അനുഭവമാക്കാനുള്ള ശ്രദ്ധയോ
ടെയുള്ള വായനയാണ് പരിശീലിക്കേണ്ടത്.

ഈ മാമന് മറക്കാൻ പറ്റാത്ത ഒരു വായനാനുഭവം വിവരി
ക്കാം. നമ്മുടെ പ്രിയപ്പെട്ട മുൻ രാഷ്ട്രപതി എ പി ജെ അബ്ദുൾ
കലാമിന്റെ കഥ പറയുന്ന *അഗ്നിച്ചിറകുകൾ* വായിച്ച അനുഭവമാ
ണത്. ആദ്യം അത് ഒരു സാധാരണ ഗ്രന്ഥമാണെന്ന് കരുതി ഓ
ടിച്ചു വായിച്ചു. അപ്പോഴാണ് അത് അസാധാരണമായ ഒരു ഗ്രന്ഥ
മാണെന്ന് മനസിലായത്. ഉത്തമമായ, ഉദാത്തമായ ഒരു ഗ്രന്ഥം.
എല്ലാ വിദ്യാർഥികളും അധ്യാപകരും രക്ഷിതാക്കളും നിർബന്ധ
മായും വായിക്കേണ്ട ഒരു ഗ്രന്ഥം.

എങ്ങനെയാണ് ഒരു സാധാരണ കുട്ടി പഠിച്ചുവളർന്ന് മഹാ
നായ വ്യക്തിയാകുന്നത് എന്ന് *അഗ്നിച്ചിറകുകൾ* നമ്മെ പഠിപ്പി
ക്കുന്നു. രാമേശ്വരത്തെ ഒരു സാധാരണ കുടുംബത്തിൽ ജനിച്ച ക
ലാം പടിപടിയായി വളരുന്ന കഥയാണത്. തന്റെ വളർച്ചയുടെ അ
ടിത്തറയിട്ട അച്ഛനമ്മമാരെപ്പറ്റിയും ബന്ധുക്കളെപ്പറ്റിയും അധ്യാ
പകരെപ്പറ്റിയും കലാം പറയുന്നു. നല്ല അധ്യാപകർ നല്ല തലമുറ
യെ വാർത്തെടുക്കുകയാണ്. കലാമിനെ അങ്ങനെ കഴിവുറ്റ ഒരു
യുവാവാക്കി വളർത്തിയ അധ്യാപകരെ പരിചയപ്പെടുന്നതുതന്നെ
ഒരു അനുഭവമാണ്. പിന്നീട് സാരാഭായിയെപ്പോലെയുള്ള പ്രതി
ഭാശാലികളുടെ പരിശീലനക്കളരിയിൽ കലാം വളർന്ന് പ്രഗൽഭ
നായ എൻജിനീയറും മാനേജ്മെന്റ് വിദഗ്ധനും ആയി മാറിയ ആ
വേശകരമായ കഥ വായിച്ചുതന്നെ ആസ്വദിക്കണം. എല്ലാ കൂട്ടു
കാരും ആ ഗ്രന്ഥം ശ്രദ്ധയോടെ വായിക്കണേ.

വിജയത്തിനുള്ള വഴിയും അദ്ദേഹം വിവരിക്കുന്നുണ്ട്. ഒന്നാമ
തായി വേണ്ടത് നന്നായി പഠിക്കുക എന്നതുതന്നെയാണ്. നിങ്ങൾ
പഠിക്കുന്ന വിഷയത്തിൽ നല്ല പ്രാഗല്ഭ്യം നേടണം. വിജ്ഞാനം
എന്നത് ഒരു യഥാർഥ ആസ്തിയാണ്. നിങ്ങളുടെ ഏറ്റവും ശക്
തമായ ആയുധം ആയിരിക്കും അത് എന്ന് അദ്ദേഹം സ്വന്തം അനു
ഭവങ്ങളിലൂടെ പറയുന്നു.

അപ്പോൾ വായിക്കുക. *അഗ്നിച്ചിറകുകൾ* പല പ്രാവശ്യം വായിച്ച്
ആ അസുലഭമായ വായനാനുഭവത്തിലൂടെ വളരുക.

23

പൂക്കുട്ടിയും റഹ്മാനും പഠിപ്പിക്കുന്ന പാഠം

മാമാ, ഞങ്ങളുടെ കൊല്ലത്തുനിന്നും ഒരാൾക്ക് ഓസ്കാർ പു രസ്കാരം കിട്ടിയിരിക്കുന്നു. ഞങ്ങൾ അതിന്റെ സന്തോഷത്തിലാ ണ്. കോട്ടയംകാരനായ മാമന് ഇത്തിരി അസൂയ തോന്നുന്നുണ്ടോ?

ഒരു കൊല്ലംകാരി കാന്താരി യുടെ ചോദ്യമാണ്! മാമൻ ആ കുഞ്ഞുകാന്താരിയുടെ കത്തു വായിച്ച് പൊട്ടിച്ചിരിച്ചുപോയി. കൊല്ലംകാരന് സമ്മാനം കിട്ടി യാൽ കോട്ടയംകാരന് അസൂയ തോന്നുമോ? ഇല്ലില്ല കാന്താരീ. അ സൂയയല്ല ആഹ്ലാദമാണ് മാമനും. അഭിമാ നമാണ്. ഇന്ത്യാക്കാർക്ക് മുഴുവൻ. പൂക്കു ട്ടിക്കും റഹ്മാനും ലഭിച്ച പുരസ്കാരങ്ങൾ നമുക്ക് എല്ലാവർക്കും കിട്ടിയ അംഗീകാര മാണ്. നമുക്ക് അതിൽ അഭിമാനം തോ ന്നിയാൽ മാത്രം പോരാ. അവരുടെ വിജ യകഥയിൽനിന്ന് നാം പാഠങ്ങൾ പഠിക്കു കയും വേണം.

എന്താണ് അവരുടെ വിജയകഥകൾ നമ്മെ പഠിപ്പിക്കേണ്ട പാഠം? അസാധ്യമാ

യത് ഒന്നുമില്ല എന്നതുതന്നെ. വേണെങ്കിൽ ചക്ക വേരിലും കായ്ക്കും. ഇന്ത്യാക്കാർക്കും ഓസ്കാർ നേടാൻ കഴിയും. ഒളിമ്പിക്സ് മെഡൽ നേടാനുമാകും. നോബൽ സമ്മാനം വാങ്ങാനും കഴിയും. എന്തു നേട്ടവും നേടാനാകും.

അതിനു വേണ്ട ഏറ്റവും പ്രധാനമായ കാര്യം എന്താണെന്നോ? ആത്മവിശ്വാസം. എനിക്ക് ഏതു കൊടുമുടിയിലും കയറാനാകുമെന്ന വിശ്വാസം. പാറപോലുള്ള ഉറച്ച വിശ്വാസം. നിന്റെ വിശ്വാസം നിന്നെ പൊറുപ്പിക്കും. മഹത്തായ നേട്ടങ്ങൾ നേടാൻ എനിക്കു കഴിയും എന്ന് ഒരാൾ വിശ്വസിക്കുമ്പോൾ അയാൾ വിജയവീഥിയിലൂടെയുള്ള പ്രയാണം ആരംഭിക്കുകയാണ്. വിജയത്തിന്റെ കൊടുമുടിയിലേക്കുള്ള കയറ്റം തുടങ്ങുകയാണ്.

വിജയിക്കണം, വളരണം, ഉയരണം, മഹത്വത്തിലേക്ക് ഉയരണം. ഈ ആത്മാർഥമായ ആഗ്രഹം. മനസിലുണ്ടാകണം. അതി തീവ്രമായ അഭിലാഷം. അത് മനസിനെ കണ്ടീഷൻ ചെയ്യും. പരുവപ്പെടുത്തും. മസ്തിഷ്കം അപ്പോൾ ഉണരും. ഉഷാറാകും. അതി കഠിനമായ യജ്ഞത്തിന് ശരീരത്തെ സജ്ജമാക്കും. ദുർബലനും അപ്പോൾ കരുത്തനാകും. തീവ്രമായ തപസിന് ആവശ്യമായ കരുത്തും ധൈര്യവും സ്വാഭാവികമായി അയാൾക്ക് ലഭിക്കും.

അങ്ങനെയുള്ള ഒരാൾക്കാണ് തപസ്സ് ചെയ്യാനാവുക. ഏതു രംഗത്തും അർപ്പണബോധത്തോടെ പ്രവർത്തിക്കാനാവുക. സംഗീതമായാലും ശബ്ദമിശ്രണമായാലും ഗാനരചനയായാലും ശാസ്ത്രഗവേഷണമായാലും സാഹിത്യരചനയായാലും പഠനമായാലും എന്തായാലും ഏറ്റവും വലിയ വിജയം ലഭിക്കാൻ വേണ്ടത് ഈ തപസാണ്. വലിയ ലക്ഷ്യം മുന്നിൽ കണ്ടുകൊണ്ടുള്ള അതികഠിനമായ പ്രവർത്തനമാണ്. താൻ ഏതു രംഗത്താണോ പ്രവർത്തിക്കുന്നത്, ആ രംഗത്ത് ഏറ്റവും നന്നാകണമെന്ന ആഗ്രഹം അപ്പോഴുമുണ്ടാകും. പൂർണതയിലേക്കുള്ള പ്രയാണം Craving for perfection. റഹ്മാനും പൂക്കുട്ടിയും അവരുടേതായ മേഖലകളിൽ ഇങ്ങനെ ആത്മാർഥമായി പ്രവർത്തിച്ചു. അനേകകാലം പ്രവർത്തിച്ചു. ഏറ്റവും വലിയ നേട്ടങ്ങൾക്ക് ഉടമകളുമായി.

രണ്ടുപേരും സമ്പന്ന കുടുംബങ്ങളിൽ ജനിച്ചവരല്ലായിരുന്നു. ചെറുപ്പത്തിൽ കഷ്ടപ്പാടുകൾ നേരിടേണ്ടി വന്നിട്ടുമുണ്ട്. എന്നിട്ടും അവർക്ക് ലോകത്തെ ഒന്നാം നമ്പർ സ്ഥാനം അവരവരുടെ മേഖലയിൽ നേടാനായി.

അറിയുക. ഒരു നേട്ടവും എളുപ്പത്തിൽ കിട്ടുന്നതല്ല. അതിനു

പുറകിൽ ഒരു ഭഗീരഥ പ്രയത്നത്തിന്റെ കഥ ഉണ്ടായിരിക്കും. ആ കഥയാണ് നമ്മെ ആവേശഭരിതരാക്കേണ്ടത്. നമുക്ക് വഴികാട്ടിക ളാകേണ്ടത്.

ഒരു കാര്യംകൂടി. എത്രയോ വലിയ നേട്ടങ്ങളാണ് റഹ്മാനും പൂക്കുട്ടിയും നേടിയത്. എന്നിട്ടും ആ പുരസ്കാരങ്ങൾ സ്വീകരി ച്ചപ്പോൾ എത്രയേറെ വിനയത്തോടെയാണ് അവർ പ്രതികരിച്ചത്. റഹ്മാൻ തന്റെ അമ്മയോടുള്ള കടപ്പാട് സ്മരിച്ചു. "എല്ലാ പുകളും ഇറൈവനുക്ക്" എന്നു പറഞ്ഞാണ് അദ്ദേഹം പ്രസംഗം അവസാ നിപ്പിച്ചത്. പൂക്കുട്ടിയോ തന്റെ രാജ്യത്തെപ്പറ്റി സ്മരിച്ചു. 'മഹത്താ യ പാരമ്പര്യമുള്ള ഒരു രാജ്യത്തുനിന്നുമാണ് ഞാൻ വരുന്നത്. ഓം കാര ശബ്ദം ലോകത്തിനു നൽകിയ രാജ്യം. ഒരു നിശ്ശബ്ദതയ് ക്കു ശേഷമാണ് ഓംകാരം വരുന്നത്. കുറേക്കൂടി വലിയ നിശ്ശബ്ദ തയാണ് അതേ തുടർന്നും വരുന്നത്. ഞാൻ ഈ അവാർഡ് എന്റെ രാജ്യത്തിന് സമർപ്പിക്കുന്നു. ഈ അംഗീകാരം ഇന്ത്യയിലെ നൂറു കോടി ജനങ്ങൾക്ക് അവകാശപ്പെട്ടതാണ്...' ഇങ്ങനെയൊക്കെ അർ ഥം വരുന്ന വാചകങ്ങളാണ് അദ്ദേഹം പറഞ്ഞത്. ശ്വാസം അടക്കി പ്പിടിച്ച് ആ ഹ്രസ്വമായ പ്രസംഗം വിദേശികൾവരെ കേൾക്കുന്നത് ഞാൻ കണ്ടു. അത്ര ഹൃദയഹാരിയായിരുന്നു പൂക്കുട്ടിയുടെ വാ ക്കുകൾ. ഇപ്രാവശ്യത്തെ ഓസ്കാർ അവാർഡ് പ്രസംഗങ്ങളിൽ ഏറ്റവും മനോഹരം അതായിരുന്നു.

എത്ര അഭിമാനകരം! എത്ര ആവേശകരം! ഇന്ത്യയിലെ യുവാ ക്കൾക്ക് എത്തിപ്പിടിക്കാനാകാത്തത് ഒന്നുമില്ല. എന്റെ പുന്നാരകാ ന്താരികളെ! കുന്നിമണികളെ! ഉണരുവിൻ. മഹത്തായ ലക്ഷ്യം ക ണ്ടു തപസു ചെയ്യുവിൻ. നാളെ നിങ്ങൾക്കും ലഭിക്കും ഇത്തരം വ ലിയ അംഗീകാരങ്ങൾ!

24

ഒഴിവുകാലം ആഘോഷിക്കാം

'**മാ**മാ, ഞങ്ങൾ ഇപ്പോൾ പരീക്ഷച്ചൂടിലാണ്. പരീക്ഷ ഉട നെ കഴിയും. പിന്നെ ഒഴിവുകാലമാണ്. കൂട്ടുകാർ പലരും ഒഴിവു കാലത്ത് അകലേക്ക് യാത്ര പോകുന്നുണ്ട്. പക്ഷേ, എന്നെപ്പോലു ള്ള സാധാരണക്കാർക്ക് അങ്ങനെ പണം ചെലവാക്കാനില്ല. കാശു മുടക്കാതെ ഒഴിവുകാലം അടിപൊളിയാക്കാനുള്ള ഒരു വിദ്യ പറ ഞ്ഞുതരാമോ?'

എങ്ങനെയുണ്ട് ഒരു കാന്താരിക്കുട്ടിയുടെ ചോദ്യം? കാശുമുട ക്കാനില്ല. വെക്കേഷൻ അടിപൊളിയാക്കുകയും വേണം!

എന്റെ പ്രിയപ്പെട്ട കാന്താരികളെ, കുന്നിമണികളെ, പരീക്ഷക്കാ ലം കഴിഞ്ഞാലുടൻ ഒഴിവുകാലം ആഘോഷിക്കണം. നന്നായി ആ ഘോഷിക്കണം. അടിപൊളിതന്നെയാകണം ആഘോഷം. അതി നു കാശു ചെലവാക്കേണ്ട കാര്യമില്ല. കാശുള്ളവർ ചെലവാക്കണം. കാശുള്ളവർ അത് പൂഴ്ത്തിവച്ചുകൊണ്ടിരുന്നാൽ നമ്മുടെ നാട്ടി ലെ പാവപ്പെട്ടവർ പട്ടിണിയാകും. അതിനാൽ കാശുള്ളവർ അക ലേക്കു യാത്ര ചെയ്യട്ടെ. ഹോട്ടലുകളിൽ പോയി താമസിക്കട്ടെ. സാധനങ്ങൾ വാങ്ങട്ടെ. അങ്ങനെ അവരുടെ കാശ് നാട്ടിൽ ചെല വാക്കട്ടെ. നാട്ടുകാരായ ഡ്രൈവർമാർക്കും ഹോട്ടൽ തൊഴിലാളി കൾക്കും കരകൗശല വിദഗ്ധർക്കും മറ്റും പണം കിട്ടട്ടെ.

എന്നാൽ സാധാരണക്കാരായ കാന്താരിക്കുട്ടികളെ, നിങ്ങൾ ചെലവാക്കുകയേ വേണ്ട. മറിച്ച് ബുദ്ധിപൂർവം വെക്കേഷൻ

ആഘോഷം പ്ലാൻ ചെയ്യുകയാണ് വേണ്ടത്. ആഘോഷം ആനന്ദക
രമാകണം. അതു പ്രയോജനകരവും ആകും. ആകണം. വെക്കേഷൻ
കഴിയുമ്പോൾ പുതിയ ഉണർവോടെ, പുതിയ മനോഭാവത്തോടെ
കൂടിയ ആത്മവിശ്വാസത്തോടെ വിദ്യാലയങ്ങളിലേക്കു തിരിച്ചു പോ
കാനാകണം. എന്താ എല്ലാ കുന്നിമണികളും റെഡിയല്ലേ?

എന്തുകാര്യവും വിജയിക്കണമെങ്കിൽ ഒരു പ്ലാനിങ് വേണം.
അടുക്കളയിൽ അമ്മച്ചി മീൻകറിയുണ്ടാക്കുമ്പോൾപോലും അത്
നന്നായി പ്ലാൻ ചെയ്തുണ്ടാക്കും. അതുകൊണ്ടാണത് നല്ല മീൻക
റിയാകുന്നത്. ഒരു പ്ലാനിങ്ങുമില്ലാതെ, വേണ്ടത്ര അറിവുമില്ലാതെ,
ആദ്യമായി അച്ഛൻ ഒരു മീൻകറി ഉണ്ടാക്കിയാലെങ്ങനെയായിരി
ക്കും? മീൻകറി വായിൽ വച്ചു കൂട്ടാൻ കൊള്ളാത്തതായിരിക്കും! ഒ
ഴിവുകാലം എന്നു തുടങ്ങുന്നു? എന്നു തീരുന്നു? എത്ര ദിവസ
ങ്ങൾ ആഘോഷത്തിനു കിട്ടും? അതിനിടയിൽ വീട്ടിലോ ബന്ധു
വീട്ടിലോ അയൽപക്കത്തോ വല്ല വിശേഷങ്ങളുമുണ്ടോ? ഉണ്ടെങ്കിൽ
ആ ദിവസങ്ങൾ നമ്മളും അതിൽ പങ്കെടുക്കണമല്ലോ. അതൊക്കെ
നീക്കിവെച്ചാൽ കിട്ടുന്ന ദിവസങ്ങൾ എത്ര? ഏതൊക്കെ? കണ്ടെത്തുക.

ഓരോരുത്തർക്കും അവരവരുടെതായ ചില താൽപ്പര്യങ്ങളു
ണ്ടാകും. ഡാൻസ് പഠിക്കുന്നവർക്ക് അതിന് കൂടുതൽ സമയം ചെ
ലവാക്കേണ്ടിവരാം. പാട്ടു പഠിക്കുന്നവർ അതിന് സമയം ക
ണ്ടെത്തണം. അങ്ങനെ എന്തെങ്കിലും ഹോബികൾ, പ്രത്യേകമായ
പഠനമേഖലകൾ ഇവയുണ്ടെങ്കിൽ അവയ്ക്കു വേണ്ടത്ര സമയം
നീക്കിവയ്ക്കണം.

ബാക്കി സമയമാണ് ആഘോഷം. അതിലൊന്ന് തീർച്ചയായും
ടൂറാകണം. വിനോദയാത്ര. പഠനയാത്രയുമാകാം. ശ്രദ്ധിക്കുക. വി
നോദയാത്രയെന്നാൽ ബാംഗ്ലൂർക്കു പോവുകയോ സിങ്കപ്പൂർക്കു പോ
വുകയോ ആകണമെന്നില്ല. നിങ്ങളുടെ വീടിനടുത്തുള്ള കായലോ
രത്തേക്കോ മലമുകളിലേക്കോ ചരിത്രസ്മാരകത്തിലേക്കോ സയൻ
സ് മ്യൂസിയത്തിലേക്കോ ഒക്കെയാകാം യാത്ര. വീടിനടുത്തുള്ള
സർപ്പക്കാവിലേക്കാണു പോയതെന്നു കരുതുക. അപ്പോൾ അവി
ടെയുള്ള സസ്യജാലങ്ങളെപ്പറ്റി മനസിലാക്കണം. അവിടത്തെ അ
ന്തരീക്ഷത്തിന്റെ തണുപ്പ് ശ്രദ്ധിക്കണം. കരിയിലപ്പുതപ്പിനടിയിലെ
മേൽമണ്ണിന്റെ പ്രത്യേകതകൾ കണ്ടെത്തണം. അങ്ങനെ കണ്ടും പ
രിശോധിച്ചും ചർച്ച ചെയ്തും സർപ്പക്കാവു കാണുമ്പോഴാണ് അ
തൊരു അത്ഭുത സുന്ദരലോകമാണ് എന്നറിയുക. എത്ര പഠനപ്രോ

ജക്ടുകൾക്കും രംഗമാക്കാവുന്ന മാന്ത്രികലോകം. പ്രകൃതിയുടെ ഒരു വലിയ പരീക്ഷണശാല!

ഒഴിവുകാലത്ത് ഒരു 'ഓപ്പറേഷൻ വായനശാല' പരിപാടിയും നടത്താം. വായനശാലയിലേക്ക് ഒരു സംഘം കാന്താരികൾ എത്തുന്നു. പുസ്തക ഷെൽഫുകളിൽനിന്ന് പുസ്തകങ്ങളെടുത്ത് തുടച്ചു വൃത്തിയാക്കുന്നു. ഷെൽഫും വൃത്തിയാക്കുന്നു. പുസ്തകങ്ങൾ അടുക്കുന്നു. അതിനിടെ പുസ്തകങ്ങൾ തുറന്നും നോക്കണം. വൃത്തിയാക്കൽ കഴിഞ്ഞാൽ പുസ്തകശേഖരത്തെപ്പറ്റി ഒരു സമഗ്ര മായ അന്വേഷണമാകാം.

എന്തൊക്കെ പുസ്തകങ്ങൾ? ഏതൊക്കെ ഇനം? എത്ര നല്ല കണ്ടീഷനിൽ? എത്ര നശിച്ചുകൊണ്ടിരിക്കുന്നു? പഠനഫലം വായ നശാലയിൽ അവതരിപ്പിക്കാം. അതുപയോഗിച്ച് ലൈബ്രറി കൂടുതൽ നന്നാക്കാം.

ഒഴിവുകാലത്ത് നന്നായി കളിക്കണമെന്ന് പ്രത്യേകം പറയേ ണ്ടതില്ലല്ലോ. കിളികളി മുതൽ പുലികളിവരെയുള്ള നാടൻ കളി കൾ കളിക്കാം. ക്രിക്കറ്റ് പോലുള്ള പോപ്പുലർ കളികളുമാകാം. സൈ ക്കിൾ പഠിക്കാനും കമ്പ്യൂട്ടർ പഠിക്കാനും നീന്തൽ പരിശീലിക്കാ നും ഒക്കെ സമയം കാണണം. യോഗ പരിശീലനത്തിനും സമയം കണ്ടാൽ നന്ന്.

ഒഴിവുകാല ക്യാമ്പുകൾ നമ്മുടെ നാട്ടിൽ ഇപ്പോൾ ധാരാളമാ
യി നടക്കുന്നു. എന്നാൽ ഇതിൽ ബഹുഭൂരിപക്ഷവും നിലവാരമു
ള്ളവ അല്ല. നല്ല ക്യാമ്പിൽ പങ്കെടുക്കുന്നത് നല്ല അനുഭവമായിരി
ക്കും. ഒഴിവുകാല ക്യാമ്പുകളിൽ പങ്കെടുക്കുന്നതും നന്ന്. പ്രഗത്ഭ
രായ ആളുകളുടെ സംസാരം കേൾക്കാനും പുതിയ വിജ്ഞാനമേ
ഖലകളുമായി പരിചയപ്പെടാനും വ്യക്തിത്വത്തിന്റെ സമഗ്രമായ
വികാസം സാധ്യമാക്കാനും ഉതകുന്നതാകണം ഒഴിവുകാല ക്യാ
മ്പുകൾ. മറ്റുള്ള കുട്ടികളുമായി കൂട്ടുകൂടാനും സഹകരിക്കാനും യോ
ജിച്ച് കൂട്ടായ്മയോടെ കാര്യങ്ങൾ ചെയ്യാനുമുള്ള പരിശീലനം ക്യാ
മ്പിൽ നിന്നും കിട്ടും.

നല്ല പ്ലാനിങ്ങോടെ ഒഴിവുകാലം ആഘോഷിക്കൂ. മാമന്റെ
ആശംസകൾ!

25

മാമാ, ഒരു കൊച്ചമ്മയ്ക്ക് എത്ര സാരിവേണം?

'**മാ**മാ, എനിക്കൊരു കൊച്ചമ്മയുണ്ട്. ശരിക്കും ഒരു മിടു ക്കി. നന്നായി പഠിച്ച് നല്ല നിലയിലായി കൊച്ചമ്മ. എന്റെ റോൾ മോഡലാണ് കൊച്ചമ്മ. എന്നെ വലിയ ഇഷ്ടവും. ഒരു ദിവസം ഞാൻ കൊച്ചമ്മയുടെ അലമാര തുറന്നുകണ്ടു അമ്പരന്നു. എത്ര യെത്ര സാരികൾ. അപ്പോൾ ഞാൻ അറിയാതെ ഒരു സംശയം ചോദിച്ചുപോയി. ഒരു കൊച്ചമ്മയ്ക്കുടുക്കാൻ എത്ര സാരിവേണം? കൊച്ചമ്മ അപ്പോൾ എന്റെ ചെവിക്കു പിടിച്ചുകൊണ്ടു പറഞ്ഞു: "ഓടടാ കാന്താരീ." ഞാൻ ഓടിപ്പോയി. ഇനി മാമൻതന്നെ എന്റെ ചോദ്യത്തിന് ഉത്തരം പറയൂ.

ഒരു കാന്താരിക്കുട്ടന്റെ ചോദ്യം എങ്ങനെയുണ്ടു കൂട്ടുകാരെ? നല്ല എരിവുള്ള ചോദ്യം തന്നെ. അതല്ലേ കൊച്ചമ്മ ചിരിച്ചുകൊ ണ്ടാണെങ്കിലും ആ കാന്താരിക്കുട്ടന്റെ ചെവിക്കു പിടിച്ച് അവനെ ഓടിച്ചുവിട്ടത്. ഉത്തരം പറയാൻ കൊച്ചമ്മയ്ക്കു മടിയായിരുന്നു എന്നർഥം. ഇനിയിപ്പോൾ ഞാൻ ഉത്തരം പറഞ്ഞിട്ട് കൊച്ചമ്മയു ടെ ഹിറ്റ്‌ലിസ്റ്റിലാകുമോ എന്നാണെന്റെ പേടി. ഇത്ര അകലെയാ യതിനാൽ എന്റെ ചെവിക്കു പിടിക്കുകയില്ലല്ലോ എന്നാണ് എന്റെ ആശ്വാസം!

ഒരു കൊച്ചമ്മയ്ക്കുടുക്കാൻ എത്ര സാരികൾ വേണം? ഒരു ചേച്ചിക്കിടുവാൻ എത്ര ഉടുപ്പുകൾ വേണം? ഒരു ചേട്ടന് പത്രാ സിൽ വിലസാൻ എത്ര പാന്റുകൾ വേണം? ഒരമ്മയ്ക്കിടാൻ എത്ര

മാലകൾ വേണം? ഒരു കുട്ടിക്കു എഴുതാൻ എത്ര പേനകൾ വേ
ണം? ഒരു വീട്ടിൽ വെളിച്ചത്തിന് എത്ര ബൾബുകൾ വേണം? ഒരു
വീടിന് എത്ര വെള്ളം വേണം? ഒരു നാട്ടിലോടാൻ എത്ര കാറുകൾ
വേണം? ഒരു കുടുംബത്തിന് ജീവിക്കാൻ എത്ര ലക്ഷം രൂപയുടെ
വീടുവേണം? ഒരു രാജ്യത്തിനു എത്ര സ്വത്തു വേണം? .... അ
യ്യയ്യോ അങ്ങനെയങ്ങനെ ചോദിച്ചു ചോദിച്ചു പോയാൽ ചോദ്യ
ങ്ങൾക്ക് അന്തവും കുന്തവുമില്ല കാന്താരികളേ.

എല്ലാ കാന്താരിക്കുട്ടികളും കുന്നിമണികളും പുന്നാരക്കുട്ടികളും
ഇങ്ങനെ എരിവും പുളിയുമുള്ള ചിന്തിപ്പിക്കുന്ന ചോദ്യങ്ങൾ ചോ
ദിക്കണം. ചോദ്യങ്ങൾ. ചോദ്യങ്ങൾ. അവ നിങ്ങളുടെ മസ്തിഷ്ക
ത്തിൽ കൊടുങ്കാറ്റുണ്ടാക്കും. ചിന്തയുടെ കൊടുങ്കാറ്റുകൾ. ആ ചി
ന്താതരംഗങ്ങളിലൂടെ കടന്നുപോകുമ്പോൾ നിങ്ങൾ സ്വയം അ
നേകം കണ്ടെത്തലുകൾ നടത്തും. അപ്പോൾ നിങ്ങൾക്ക് പുതിയ
ജീവിതരീതികൾ കണ്ടുപിടിക്കാനാകും. പുതിയ ലോകം സൃഷ്ടി
ക്കാനാകും. നിലനിൽക്കുന്ന ഒരു നല്ല ലോകം നിർമിക്കാനാകും.

കുറച്ചുനാൾ മുൻപ് മാമന്റെ വീട്ടിൽ ഒരു ബാങ്ക് ഉദ്യോഗസ്ഥൻ
വന്നു. വിശേഷങ്ങളൊക്കെ ചോദിച്ചിരുന്നിട്ട് അദ്ദേഹം പറഞ്ഞു.
"ഞങ്ങൾ കുറച്ചുപേരെ പ്രത്യേകമായി തിരഞ്ഞെടുത്തിരിക്കുകയാ
ണ്. അവർക്ക് അരലക്ഷം രൂപ വീതം കൊടുക്കുന്നു. സാറിനേയും
അതിൽ ഉൾപ്പെടുത്തിയിരിക്കുകയാണ്. എന്തെങ്കിലും സാധനം

വാങ്ങി ബില്ലു തന്നാലുടൻ രൂപ തരും. പല തവണകളായി തിരിച്ചു തന്നാൽ മതി."

മാമൻ അപ്പോൾ പറഞ്ഞു: "പക്ഷേ എനിക്ക് ഇപ്പോൾ ഒന്നും വാങ്ങാനില്ലല്ലോ."

അപ്പോൾ അദ്ദേഹം ചുറ്റും കണ്ണോടിച്ചിട്ടു പറഞ്ഞു: "സാറിന്റെ ഈ സെറ്റികൾ പഴയതല്ലേ. അത് മാറൂ. ഇപ്പോൾ നല്ല ഷോയുള്ള വില കൂടിയ സെറ്റികൾ കിട്ടും. അതുപോലെ എന്തും മാറ്റിവാങ്ങാം."

മാമൻ അപ്പോൾ ചിരിച്ചുപോയി. ചിരിച്ചുകൊണ്ടു മറുപടിയും പറഞ്ഞു. "ഈ സെറ്റികൾ അനേകവർഷങ്ങൾക്കു മുൻപു വാങ്ങി യതാണ്. അന്ന് ഈ മൂന്നു സെറ്റികൾക്കുംകൂടി 250 രൂപയാണ് കൊടുത്തത്."

അതുകേട്ട് അദ്ദേഹം ഞെട്ടി. "എന്ത്! ഇരുനൂറ്റമ്പതു രൂപയോ? അയ്യോ, അപ്പോൾ അത്ര പഴയതല്ലേ സാർ."

"അതെ. അത്ര പഴയതാണ്. പക്ഷേ, ഒരു കേടുമില്ല. ഇപ്പോഴും അങ്ങ് എത്ര സുഖമായിട്ടാണ് അതിലിരുന്ന് എന്നോടു വർത്തമാനം പറയുന്നത്? ഞാനെന്തിനതു കളിഞ്ഞിട്ട് അമ്പതിനായിരത്തിന്റെ സെറ്റികൾ വാങ്ങണം?"

അദ്ദേഹം മറുപടി പറയാനാകാതെ എഴുന്നേറ്റു. വിടവാങ്ങു മ്പോൾ പറഞ്ഞു : "ഞാൻ ആദ്യമായാണ് ഇങ്ങനെ ഒരാളെ കാണു ന്നത്. കാശ് വീട്ടിൽ കൊണ്ടുവന്നു തരാമെന്നു പറയുമ്പോൾ വേണ്ട എന്നു പറയുന്ന ഒരു മനുഷ്യനെ!"

ബാങ്ക് ഉദ്യോഗസ്ഥൻ പറഞ്ഞത് ശരിയാകാം. മാമനെപ്പോലുള്ള വട്ടന്മാർ കുറവാകും. മറിച്ച് ആവശ്യത്തിനും അനാവശ്യത്തിനും കാശു ചെലവാക്കാൻ മടിയില്ലാത്തവരാണ് ഭൂരിപക്ഷം പേരും. എന്തു സാധനം വാങ്ങുന്നതിനും മുൻപ് അത് അത്യാവശ്യമാണോ എന്നു ചിന്തിക്കുന്നവർ കുറഞ്ഞുവരുന്ന കാലമാണിത്.

ഒരാൾക്ക് ഉടുക്കാൻ നാലോ അഞ്ചോ പത്തോ സാരി പോരേ? പക്ഷേ, ഇരുപതായാലും മതിയില്ല. എത്ര ഉണ്ടായാലും തൃപ്തി യില്ല. ആ മനോഭാവം അപകടകരമാണ്. സാരിയായാലും ഉടുപ്പാ യാലും പാന്റ് സായാലും മാലയായാലും വളയായാലും മൊബൈൽ ഫോണായാലും ആവശ്യത്തിനു മതി. അമിതമായ ഉപഭോഗം ലോ കനാശത്തിനു വഴിവയ്ക്കും.

ഒരു കാഞ്ചീപുരം സാരി (പട്ടുസാരി) ഉണ്ടാക്കാൻ എത്ര ആയിരം പട്ടുനൂൽപ്പുഴുക്കളെ കൊല്ലണം? അവയെ വളർത്താൻ എത്രയേറെ മൾബറി ഇലകൾ വേണം? അവയുണ്ടാക്കാൻ എത്രയ

ധികം മൾബറിച്ചെടികൾ വളർത്തണം? അതിന് എത്ര സ്ഥലം വേണം? വളം വേണം? വെള്ളം വേണം? അധ്വാനം വേണം? ആ ലോചിച്ചാൽ ഭ്രാന്തു പിടിക്കും. പട്ടുസാരി ഒരു ഉദാഹരണം മാത്ര മാണ്. ഒരു പ്രതീകം.

ഉപഭോഗം കൂടുമ്പോൾ ഉൽപ്പാദനം കൂടും. ഉൽപ്പാദനം കൂട്ടാൻ കൂടുതൽ വിഭവങ്ങൾ ഉപയോഗിക്കേണ്ടി വരും. കൂടുതൽ വിഭവ ങ്ങൾ ഉപയോഗിക്കുമ്പോൾ കൂടുതൽ വേഗത്തിൽ പ്രകൃതിയിലെ വിഭവങ്ങൾ ഇല്ലാതാകും. അപ്പോൾ പ്രകൃതി നശിക്കും. ജീവജാല ങ്ങൾ നശിക്കും. മനുഷ്യനും നശിക്കും.

എല്ലാവർക്കും സമാധാനത്തോടെ സംതൃപ്തിയോടെ ജീവി ക്കാനാവശ്യമായ വിഭവങ്ങൾ ഈ ലോകത്തിലുണ്ട്. എന്നാൽ ധൂർ ത്തിനുള്ളതില്ല. അതിനാൽ എല്ലാവരും ലളിതമായ ജീവിതരീതി കൾ പിൻതുടർന്നാൽ മാത്രമേ ലോകം നിലനിൽക്കൂ. ഈ ലളിത മായ പാഠം എല്ലാവരും പഠിക്കണം. കൊച്ചമ്മമാരും കൊച്ചച്ഛന്മാ രും ഉൾപ്പെടെ എല്ലാവരും. കുട്ടികൾ ആദ്യം പഠിച്ചാൽ മുതിർന്നവ രെ പഠിപ്പിക്കാൻ എളുപ്പമുണ്ട്. "കൊച്ചമ്മേ സാരികൾ അധികം വേണ്ട. കൊച്ചച്ഛാ പാന്റ്സ് അത്യാവശ്യത്തിനു മതി." എന്നു പറ യാൻ അപ്പോൾ കുട്ടികൾക്കു കഴിയുമല്ലോ! അങ്ങനെ പറയുന്ന കുട്ടികൾ ലളിതമായ ജീവിതരീതി സ്വീകരിക്കുകയും ചെയ്യുമല്ലോ.

25

അറിഞ്ഞോ വിശേഷം?
സോളാർ സൈക്കിൾറിക്ഷ റെഡി!

'**മാ**മാ, ഞാനൊരു പാവപ്പെട്ടവനാണ്. അതുകൊണ്ടാണ് ഇ ങ്ങനെയൊരു സംശയം ചോദിച്ചുപോകുന്നത്. നമ്മുടെ നാട്ടിൽ അനേകം ശാസ്ത്രജ്ഞന്മാരുണ്ടല്ലോ. ഗവേഷണശാലകളുമുണ്ട്. പക്ഷേ, ഞങ്ങളേപ്പോലുള്ള സാധാരണക്കാരുടെ ജീവിതം മെച്ചപ്പെടു ത്താൻ എന്തു ഗവേഷണമാണ് ഇവിടെ നടക്കുന്നത്? കാറിലും ക മ്പ്യൂട്ടറിലും മാത്രം മതിയോ ഗവേഷണം?'

കണ്ടോ കണ്ടോ ഒരു കാന്താരിക്കുട്ടിയുടെ ശൗര്യം? എല്ലാ കു ന്നിമണികളും കുഞ്ഞു കാന്താരികളും ഇങ്ങനെ ഉഷാറായി ചോദ്യ ങ്ങൾ ചോദിച്ചു തുടങ്ങിയാൽ നമ്മുടെ നാടു തീർച്ചയായും നന്നാ കും. നമ്മുടെ ശാസ്ത്രജ്ഞന്മാരും ചൂടാകും. സാധാരണക്കാർക്കു വേണ്ടി കൂടുതൽ ഗവേഷണങ്ങളും നടക്കും. അതിനാൽ ചോദ്യം ചോദിച്ച കാന്താരിയെ നമുക്ക് നന്നായി അഭിനന്ദിക്കാം.

ഇനി ചോദ്യത്തിനു മറുപടി പറയാം. സത്യം പറഞ്ഞാൽ ഏ തു ഗവേഷണത്തിനും ഗുണമുണ്ട്. അത് ഉടനെയോ പിന്നീടോ സാധാരണക്കാർക്കും പ്രയോജനപ്പെടും. എന്നാൽ സാധാരണക്കാർ ക്ക് പ്രയോജനം കിട്ടാനായിത്തന്നെ പ്ലാൻ ചെയ്തും ഗവേഷണം നടക്കുന്നുണ്ട്. അതിനൊരു നല്ല ഉദാഹരണം മാമൻ ഈയിടെ ക ണ്ടെത്തി. അതാണ് സോളാർ സൈക്കിൾ റിക്ഷ (ഇംഗ്ലീഷിൽ SOLECKSHAW).

കൂട്ടുകാർ സൈക്കിൾറിക്ഷ കണ്ടിട്ടുണ്ടല്ലോ. ഓട്ടോറിക്ഷയു

ടെ അനിയൻ. ഓട്ടോറിക്ഷ പുക തുപ്പും. പരിസരം മലിനമാക്കും. അത് ഓടാൻ പെട്രോളും വേണം. അതാണെങ്കിൽ ലോകത്ത് ഇല്ലാതെ വരികയുമാണ്. പെട്രോളിയത്തിന്റെ ഉപയോഗം എത്ര കുറയ്ക്കാമോ അത്രയും നല്ലതാണ്.

ഇവിടെയാണ് സൈക്കിളിന്റെയും സൈക്കിൾറിക്ഷയുടെയും പ്രാധാന്യം. കൂട്ടുകാരെല്ലം സൈക്കിൾ ചവിട്ടാൻ പഠിക്കണം. കഴിയുന്നത്ര സൈക്കിൾ ഉപയോഗിക്കണം. അപ്പോൾ ആരോഗ്യവുമുണ്ടാകും. യാത്രയും എളുപ്പമാകും. സൈക്കിൾ മലിനീകരണമുണ്ടാക്കുന്നില്ല. പ്രകൃതിയോടു ചങ്ങാത്തമുള്ള വാഹനമാണ്. പ്രകൃതി സൗഹൃദവാഹനം. ഇക്കോ ഫ്രണ്ട്ലി എന്ന് ഇംഗ്ലീഷ്. സൈക്കിൾ റിക്ഷയും ഇക്കോ ഫ്രണ്ട്ലിയാണ്. മലിനീകരണമുണ്ടാക്കാത്ത വാഹനം.

സൈക്കിൾ റിക്ഷ പാവപ്പെട്ട അനേകം പേരുടെ ഉപജീവന മാർഗമാണ്. അത് ഒരു മുച്ചക്രവാഹനമാണ്. പുറകിൽ രണ്ടോ മൂന്നോ പേർ ഇരിക്കും. മുന്നിലിരുന്നു റിക്ഷാക്കാരൻ ചവിട്ടും. അങ്ങനെ ചവിട്ടി റിക്ഷയെ മുന്നോട്ട് ഉരുട്ടാൻ നല്ല അധ്വാനം വേണം. പലപ്പോഴും റിക്ഷാക്കാരൻ പട്ടിണിയായിരിക്കും. നേരെചൊവ്വേ ആഹാരം കൂടി കഴിക്കാതെ അങ്ങനെ സൈക്കിൾ ചവിട്ടിച്ചവിട്ടി അയാൾ രോഗിയാകും. അങ്ങനെ അനേകം പേർ ക്ഷയരോഗികൾവ

രെയായി മരിക്കാറുമുണ്ട്. എത്ര ദയനീയമായ അവസ്ഥ!

ഇന്ത്യയിൽ ഇങ്ങനെ കഷ്ടപ്പെടുന്ന അനേകം സൈക്കിൾറി ക്ഷാക്കാരുണ്ട്. അവരെ സഹായിക്കേണ്ടേ? വേണം. വേണം എന്ന് കുറച്ചു ശാസ്ത്രജ്ഞന്മാർക്കു തോന്നി. സി എസ് ഐ ആർ. (CSIR: The Council of Scientific and Industrial Research) എന്ന നമ്മുടെ ശാസ് ത്രഗവേഷണ സ്ഥാപനത്തിലെ ആ ശാസ്ത്രജ്ഞന്മാരെ നമുക്ക് അഭിനന്ദിക്കാം. സി എസ് ഐ ആറിന്റെ ഒരു പരീക്ഷണശാലയാ ണ് സി എം ഇ ആർ ഐ (CMERI : Central Mechanical Engineering Research Institute). ദുർഗാപ്പൂരിലാണത്.

ദുർഗാപ്പൂരിൽ അനേകം സൈക്കിൾറിക്ഷാക്കാരുണ്ട്. സി എം ഇ ആർ ഐയിലെ എൻജിനീയർമാർ ആ റിക്ഷത്തൊഴിലാളിക ളെ വിളിച്ചുകൂട്ടി. അവരുമായി സംസാരിച്ചു. അവരുടെ പ്രശ്നങ്ങൾ മനസിലാക്കി. വലിയ ഭാരവും വച്ചുകൊണ്ട് റിക്ഷ ചവിട്ടുന്നതിന്റെ പ്രശ്നങ്ങൾ അവരിൽനിന്നുതന്നെ അറിഞ്ഞു. അങ്ങനെ അവരെ സഹായിക്കാൻ അവരുടെ സൈക്കിൾറിക്ഷ എങ്ങനെയെല്ലാം ന ന്നായി മെച്ചപ്പെടുത്താമെന്നു പഠിച്ചു. കൂട്ടുകാർ പഠനപ്രോജക്ടു കൾ ചെയ്യുന്നില്ലേ? അതുപോലെ ഒരു പ്രോജക്ട് ആ എൻജിറീ യർമാരും ചെയ്തു എന്ന്. അങ്ങനെ സാധാരണ സൈക്കിൾറി ക്ഷയെ എങ്ങനെയൊക്കെ മെച്ചപ്പെടുത്താമെന്ന് അവർ കണ്ടുപി ടിച്ചു.

സാധാരണ സൈക്കിൾറിക്ഷായ്ക്കുതന്നെ വലിയ ഭാരമാണ്. ആൾ കയറാത്തപ്പോഴത്തെ ഭാരത്തെപ്പറ്റിയാണു പറയുന്നത്. അത് കുറച്ചാൽ ചവിട്ടുന്നതിന്റെ ബുദ്ധിമുട്ടു കുറയ്ക്കാം. അതിന് ഭാരം കുറഞ്ഞ, അതേ സമയം ബലം വേണ്ടത്രയുള്ള വസ്തുക്കൾകൊ ണ്ട് റിക്ഷയുടെ ഭാഗങ്ങൾ ഉണ്ടാക്കിയാൽ മതി. അത്തരം വസ്തു ക്കൾ കൂടി ഉപയോഗിച്ച് എൻജിനീയർമാർ ഭാരം കുറഞ്ഞ റിക്ഷ ഉ ണ്ടാക്കി. അതിലെ ബ്രേക്കുകൾ കൂടുതൽ നന്നാക്കി. മെച്ചപ്പെട്ട ട യറുകളും ഡിസൈൻ ചെയ്തു.

അങ്ങനെയൊക്കെ റിക്ഷയെ മെച്ചപ്പെടുത്തിയാലും ആളുക ളെ കയറ്റി ചവിട്ടുക ആയാസകരമാണ്. പ്രത്യേകിച്ചും കയറ്റം കയ റുമ്പോൾ. അതിന് എന്താണു വഴി? ചെറിയ മോട്ടോർ ഉപയോഗി ച്ച് ചക്രം കറക്കുകതന്നെ. ചവിട്ടലും യന്ത്രം കൊണ്ടുള്ള കറക്കലും കൂടിയാകുമ്പോൾ വേഗതയും കിട്ടും. ചവിട്ടുന്നതിന്റെ വിഷമം കു റയുകയും ചെയ്യും. പക്ഷേ, പെട്രോൾ പോലുള്ള ഇന്ധനമുപയോ ഗിച്ച് മോട്ടോർ പ്രവർത്തിപ്പിച്ചാൽ ചെലവു കൂടും. ആ ഇന്ധനം ക

ത്തുമ്പോൾ പുകയും പൊടിയും വിഷവാതകങ്ങളുമുണ്ടായി വായു മലിനീകരിക്കപ്പെടുകയും ചെയ്യും. അപ്പോൾ ചെലവില്ലാത്ത ഇന്ധനം ഉപയോഗിക്കണം. അഥവാ ചെലവില്ലാത്ത ഊർജം ഉപയോഗി ക്കണം. എവിടെയും സുലഭമായി കിട്ടുന്ന ഊർജം.

അത്തരമൊരു ഊർജമാണല്ലോ സൗരോർജം. വെയിലിൽനി ന്നു വേണ്ട ഊർജം ഉണ്ടാക്കുന്ന വിദ്യ. എൻജിനീയർമാർ റിക്ഷയു ടെ മുകളിൽ ഒരു സോളാർ പാനൽ പിടിപ്പിച്ചു. അതിൽ വീഴുന്ന വെയിൽ (സൗരോർജം) ഉപയോഗിച്ച് വൈദ്യുതിയുണ്ടാക്കി ബാ റ്ററിയിൽ ശേഖരിക്കുന്നു. ആ വൈദ്യുതികൊണ്ട് മോട്ടോർ പ്രവർ ത്തിപ്പിച്ച് സൈക്കിൾറിക്ഷ ഓടിക്കുന്നു. അങ്ങനെയൊരു പുതുപു ത്തൻ സൈക്കിൾറിക്ഷ അവർ നിർമിച്ചു. അതാണ് സോളാർ സൈ ക്കിൾറിക്ഷ. സോളിക്ഷ.

അതിന്റെ വില വെറും പതിനായിരം രൂപ മുതൽ പതിനയ്യാ യിരം രൂപാവരെ മാത്രം. അത്തരം കുറച്ച് റിക്ഷകൾ ഉണ്ടാക്കി തൊ ഴിലാളികൾക്കു കൊടുത്തുനോക്കി. കിട്ടിയവരെല്ലാം ആവേശഭരി തരാണ്. പണി എളുപ്പമായി. കൂടുതൽ ദൂരം യാത്ര ചെയ്യാൻ പറ്റു ന്നു. ആദായം കൂടുതൽ കിട്ടുന്നു. ആയാസമോ കുറവ്. പണ്ട് അ ത്യധ്വാനം ചെയ്യേണ്ടിയിരുന്നതിനാൽ ദിവസേന 150 രൂപയുടെ ആ ഹാരം കഴിക്കണമായിരുന്നു. ഇന്നോ ആയാസം കുറഞ്ഞതിനാൽ 50 രൂപയുടെ ആഹാരം മതി!

ഈ സോളാർ സൈക്കിൾറിക്ഷ 2008 ഒക്ടോബർ രണ്ടിനാണ് ആദ്യമായി ഓടിക്കാൻ തുടങ്ങിയത്. ഒരു ഗാന്ധിജയന്തിനാളിൽ അതിന്റെ ഉൽഘാടനം നടത്തിയതും സമുചിതമായി. സാധാരണ ക്കാരുടെ ഉന്നമനത്തിനായി പുറത്തിറക്കുന്ന റിക്ഷ സാധാരണക്കാ രുടെ തോഴനായ ഈ മഹാത്മാവിന്റെ ജന്മദിനത്തിൽതന്നെ ഉൽ ഘാടനം ചെയ്യപ്പെട്ടത് നന്നായില്ലേ?

ഈ സൈക്കിൾറിക്ഷ കൂടുതൽ മെച്ചപ്പെടുത്തി പുതിയ മോഡ ലുകൾ ഇറക്കാനുള്ള പ്രവർത്തനവും ശാസ്ത്രജ്ഞന്മാർ തുടരു ന്നു. ഭാവിയിൽ അതിലെ സോളാർ എൻജിൻ സാധാരണ സൈ ക്കിളിലും ഫിറ്റു ചെയ്തു കിട്ടുമെന്ന് നമുക്കാശിക്കാം. അപ്പോൾ സാധാരണ സൈക്കിലും ചവിട്ടുകയും മോട്ടോർ വച്ച് ഓടിക്കുക യും ചെയ്യാനാകും.

കണ്ടോ കണ്ടോ ശാസ്ത്രത്തിന്റെ മാജിക്! വേണമെന്നു വച്ചാൽ ശാസ്ത്രത്തെ സാധാരണക്കാരുടെ നല്ല മിത്രമാക്കാൻ പറ്റും. സൗരോർജവിളക്കുകൾ വില കുറച്ച് ഉണ്ടാക്കാനും കഴിയും. പാവ

പ്പെട്ടവർക്ക് അത് സൗജന്യമായി നൽകാനും കഴിയും. അങ്ങനെ എത്രയെത്ര നല്ല കാര്യങ്ങൾ ശാസ്ത്രമുപയോഗിച്ച് ചെയ്യാനാകും. പാവപ്പെട്ടവരുടെ ജീവിതം കൂടുതൽ സുഖകരമാക്കാൻ ശാസ്ത്ര ത്തെ എങ്ങനെ ഉപയോഗിക്കാമെന്ന് കൂട്ടുകാർക്ക് ഇപ്പോൾ മനസി ലായല്ലോ.

പക്ഷേ, അതിന് ഒരു കാര്യം അത്യാവശ്യമാണ്. നമ്മുടെ നാട്ടി ലെ പാവപ്പെട്ടവർക്ക് അത് ആവശ്യപ്പെടാനുള്ള കഴിവുണ്ടാകണം. അവരെ സഹായിക്കാനുള്ള മനസ്സ് ശാസ്ത്രജ്ഞന്മാർക്കുമുണ്ടാക ണം. കൂട്ടുകാർ വളർന്നു വലിയ ശാസ്ത്രജ്ഞന്മാരാകുമ്പോൾ ഇ ത്തരം കണ്ടെത്തലുകൾ നടത്തുമെന്ന് ഇപ്പോഴേ പ്രതിജ്ഞയെടു ക്കാമോ?

9 788126 203239